CW01512198

Beauty and Madness

The Knights, Volume 1

Nile Lorenzo

Published by Nile Lorenzo, 2024.

BEAUTY AND MADNESS

First edition. October 6, 2024.

ISBN: 979-8224453405

Written by Nile Lorenzo.

KABANATA I

"**H**E'S VERY... *intense*—for a lack of a better term. Hindi ba, Miss?"

That was a certified Grade A bedroom voice, wika ni Britanni Knight sa sariling isip, habang ginagawa ang lahat ng kanyang makakaya upang makakita ng maayos sa suot niyang salamin na may pagkataas na grado. *Kung sana kasi'y... nakikita ko siya ng maayos.*

Nangangati na ang kanyang kamay at gustong-gusto na niyang tanggalin ang suot na salamin. Ngunit sa bawat pagkakataon ay eentra sa kanyang isipan ang tinig ng kapatid niya. *'Adaptation is most crucial to the alliance, Britanni. Kung hindi mo kayang makiangkop, hindi ka karapat-dapat sa posisyong 'yan.'*

Well yeah, para namang karapat-dapat ka rin sa posisyon, kuya.

Pinalis niya ang nagsisimulang inis sa isipan at binalingan ang katabing lalaki. Naaaninag niya ang palakaibigang ngiti nito ngunit hindi niya makitang mabuti ang facial features ng kaharap. Mainam siguro kung makikita niya ang mukha nito, kung makukumpirma niya ang hinalang mayroon siya kanina nang magsalita ito.

Pero... ano nga ulit ang sinasabi ng lalaking iyon?

"Mr. Kaizer Kaede," isang malakas at dumadagundong na tinig ang tumawag mula sa harapan. "Mind sharing to the whole class what you're sharing with Miss Knight?"

Ang kaninang tahimik na klase ay mas lalo pang tumahimik nang magsalita ang propesor. Maski ang mga puno ay nahiya na rin yatang gumawa ng ingay sa takot na masaway din ng lalaki. Narinig niya ang malinaw na paglunok ng katabi niya. Hindi na siya nagtaka kung bakit.

Professor Anthony Cane isn't like any other graying professors in the University. Hindi niya makita ng malinaw ang bawat katangian ng kanyang guro ngunit alam niya at naaaninag niya ang malinaw nitong pagkamatipuno. Halos naririnig na niya ang bawat kababaihan sa klase na namimilipit sa kanilang mga upuan sa kilig dahil lamang sa tinig ng propesor. He was sin incarnate. Boses pa lamang at hubog ng katawan na nakapaloob sa boring na black suit na iyon ang naaaninag niya. Naiintriga siya ng sobra, sa totoo lang. Pero ano'ng magagawa niya?

Hindi niya kasi talaga kayang tanggalin ang nakakabwisit na salamin sa kanyang mata.

"Pasensya na, professor. Itinatanong ko lang kay Miss Knight kung ano'ng opinyon niya sa lecture ninyo. Hindi na mauulit."

Nabalewala ang paghingi ng lalaki ng pasensya sa guro. Hindi siya sinagot ni pinansin ng propesor at sa halip ay nagpatuloy lamang ito sa pagtuturo. Ni hindi nga siya binigyan nito ng ilang segundong atensyon. At hindi niya alam kung maiinsulto ba siya roon o pupurihin ang kanyang sarili sa galing niyang i-downgrade ang mukha niya.

Ang pagsusuot lamang ng isang simpleng eyeglass na nerdy ay hindi makakatulong sa kanya ng gano'n-gano'n lang. Kung kaya naman ang orihinal na mahaba't malambot niyang buhok ay hindi niya pinagkakaabalahang suklayin sa tuwing katatapos niya lamang maligo sa umaga at ang ending ay nagiging buhol-buhol ito kapag pumapasok siya sa unibersidad. Ang orihinal niyang sopistikadang fashion sense ay nauuwi sa pagkahabang palda na maski ang nanay ni Betty La Fea ay mahihiyang suotin at isang blouse na nanggaling pa yata sa kanunu-nunuan ni Maria Clara sa sobrang luma.

In short, nire-reduce niya ang kanyang sarili sa pagiging rag doll during daytime para lang sa kapakanan ng kalokohang tinatawag ng kuya niyang 'adaptation'. Nakakatawa naman. Sa sobrang galing niyang mag-adapt, wala nang nag-aabala pang pumansin sa kanya at sa itsura niya.

Natapos ang lecture ni Professor Cane makalipas ang kalahating oras. Agad na nagtayuan ang majority ng klase at sinundan ang lalaki. Sa pagkakatanda niya'y magde-deliver ito ng seminar tackling the different behaviors in Human Sexuality ngayong araw sa stadium sa La Stanza Hall para sa kanilang mga graduate students na kumukuha ng PhD.

Mabagal ang paglalakad niya patungo sa pintuan. Iniingatan niyang may kung anumang mabunggo sa dinaraanan niya palabas. Mamamatay siya sa kahihiyan kapag nagpatambling-tambling siya sa buong classroom sa kadahilanang wala siyang makitang maayos.

Oh hell. Damn this stupid eyeglass!

"You better stay out of his way."

Kasabay ng tinig na iyon ay ang pagkakabunggo ng siko niya sa dingding ng pintuan. Napa-aray siya sa sakit ngunit tila hindi naman iyon alintana ng boses. Sa halip ay nagpatuloy lamang ito sa pagsasalita at hindi napapansin ang paghimas niya sa kanyang siko.

"Noong isang linggo ko pa siya nakikitang tingin ng tingin sa direksyon mo. Naalarma ako ng konti. Medyo... *random* kasi minsan ang professor."

Kumunot ang noo niya't natuon ang kanyang atensyon sa lalaking sumasabay sa kanyang paglalakad. Iyon din ang tinig kanina ng katabi niya. Ah. The grade A bedroom voice.

"Medyo... medyo hindi kita naiintindihan."

Bumaling ito sa kanya. Hindi niya masiguro ang ekspresyon nito pero at least masasabi niyang hindi ito nakangiti. "Si professor. Simula nang magsimula ang klase dalawang linggo na ang nakakalipas, nahuhuli ko na siyang tumitingin sa 'yo."

Umarko ng hindi sadya ang kanyang kilay at automatic na itinuro ng daliri niya ang kanyang sarili. "A-Ako? Seryoso ka ba?"

Pilit niyang kinalkal ang kanyang isipan kung mayroon ba siyang nagawang kakaiba na nakatawag ng pansin ng propesor nila. Bukod sa pagpantasyahan ang boses nito sa klase ay wala naman na siyang matandaang ibang bagay na hindi niya dapat gawin.

Imposibleng mapansin siya ng lalaki. Wala kahit na sino ang nakakapansin sa kanya sa klaseng iyon. Nakaupo siya sa pinakadulong upuan, hindi siya nagsasalita at simple lamang na nakikinig sa lecture. Isa ngang milagro na kinausap siya ng lalaking ito kanina. Pero ang tignan at paglaanan ng pansin ng mismong professor nila?

Hindi siya naniniwala at hindi siya maniniwala kahit na kailan.

"Seryoso ako. Kaya nga binabalaan na kita ngayon. Hindi mo gugustuhing magpakalat-kalat sa paningin niya, sinasabi ko na sa 'yo."

Muli ay kumunot ang kanyang noo sa pagtataka. "May personal vendetta ka ba laban sa professor o ano? Hindi ko kasi makita ang dahilan kung bakit ka magiging concern sa isang bagay na wala ka namang kinalaman."

Natahimik ang lalaki. Sinampal niya ang kanyang sarili sa isipan. Great. Malamang ay iisipin ng lalaking ito na weirdo siya.

"Wow. I didn't expect you'd be this fierce. I mean, you look really... *passive* most of the time."

This guy surely knows how to use english euphemisms to get him out of trouble, wika niya sa sarili at lihim na nailing. Hindi siya maaaring magtawag ng atensyon sa kanyang sarili kagaya na lamang ng ganito. Mas madali siyang mabubunyag at malalagay sa alanganin.

"Oh, God, where is my manners?" biglang bulalas nito na lalo niyang ipinagtaka. "Ni hindi mo man lang alam ang pangalan ko pero heto ako, kino-corner ka sa hallway. Tingin mo siguro sa akin isang whackjob."

Hindi naman. Slight lang.

"My name is Kaizer Kaede. Graduate student din ako gaya mo. Dito rin ako kumuha ng degree sa Saint Andrews. I'm guessing you're a transferee?"

Tumango siya despite the statement being a half lie and a half truth. "Kinuha ko ang Psychology Degree ko sa Davao. Nag-transfer ako dito para sa Doctorate degree ko. So ano'ng meron dito kay professor?" pag-iiba niya ng usapan.

"Nothing big. Kasi... medyo natatakot lang ako para sa bawat tao na makikita niya't mapapansin. His reputation precedes him after all."

"Reputation?"

Natahimik ito, naramdaman niya ang tensyon na bumalot sa katauhan ng binata. Palagay niya'y may nasabi itong hindi naman dapat. Mas naging interesado tuloy siya nang dahil doon.

"I'm not in the habbit of gossipping about someone, Britanni, believe me. Kasi, ano... hindi ko gusto si Professor Cane, okay? Sa anim na taong pag-aaral ko dito sa Saint Andrews, marami na akong nakita at marami na akong narinig na hindi magandang bagay tungkol sa kanya. Don't get me wrong. Matalino si Sir. Hanga ako sa katalinuhan niyang taglay at sa dedikasyon niya sa kurso na ito. Hell, siya nga ang nagsu-supervise ng dissertation ko, eh! But he's... he's got a reputation for being ass crazy."

Ass crazy? Umigkas ang kilay niya ng hindi oras. "Ibig mong sabihin, ang propesor na nagtuturo sa kolehiyo na involved ang paggamot sa mga kaisipan eh may problema sa sarili niyang isip? Doesn't that contradict the rumor mills, Mr. Kaede?"

"Kaizer na lang please. And no. Hindi gano'n ang gusto kong sabihin. He's not crazy as in *crazy-crazy*. Sadyang... sadyang may sayad lang siya sa utak. Sa ibang aspeto naman, s'yempre."

Nalito na siya. Hindi na niya nasusundan ang sinasabi ng binata. Kung bakit ba naman kasi pinag-uusapan nila ang thirty four years old nilang propesor? This is just so inappropriate. For all she knows, baka nagtataka lang talaga si Mr. Cane kung bakit ang isang psychology graduate student ay ganito manamit at magpostura gaya niya. Baka nga nagtataka lamang ito kung paano siyang pinalusot ng faculty ng Saint Andrews sa Psychology Department.

Masyado lang yata sigurong dinibdib ng lalaking ito ang pagtingin-tingin ni Professor Anthony Cane sa kanya. Quite amusing, dahil ni hindi nga niya maramdamang pinapansin siya ng propesor na iyon.

"Thank you for the warning, Kaizer. I'll watch out for the professor, I promise."

Tumalikod na siya at sinimulan ang bulag niyang paglalakad sa hallway. Ang akala niya'y tatantanan na siya ng binata. Akala niya lang pala.

"Hindi ka pupunta sa seminar ni Sir?" tanong nito matapos mahabol ang kanyang anim na hakbang na development sa paglalakad.

Ugh. This sucks.

"Hindi na muna. Pass muna ako."

Wala nang nagawa ito kung hindi ang tumango at gawaran siya ng matamis na ngiti. "Mag-iingat ka, Britanni. Sana talaga maging magkaibigan tayo."

Sinubukang ngumiti ni Britanni ngunit sa kasamaang palad ay masyadong naging matigas ang kanyang labi kaya't sa huli'y tila siya naparalisa nang isang bahagi lamang sa kanyang bibig ang umangat. "Sure. Thank you for the... *enlightening* advice."

Muli ay tumango ito at saka lumihis sa malapit na likuan. Ilang sandali pa siyang tumayo roon at nag-isip ng mabuti. Sa dalawang linggo niyang pagpasok sa subject ni Professor Cane, this is the most adventure-filled day she had so far.

Interesting.

"SANA naman hindi ka galit sa 'kin, Britanni. Hindi ko naman kasi sinasadya. Akala ko kasi talaga pwede na nating gawin 'yon. Ang sabi naman kasi ni Kuya Helion binigyan mo na siya ng permiso na papasukin ang mga mortal sa *Clique*! Sumunod lang din naman ako sa utos."

Sometimes—most times—naaalala niya ang sinasabi ng mga naunang *Legee* na sinundan niya. Sa mga ganitong pagkakataon, sumasagi sa isipan niya ang nature ng mga kagaya niyang may dugo ng *Xyrin*.

'Xyrins are and will always be the dominant one' she remembered her father telling her one night nang aksidente siyang galitin ng kanyang kapatid na si Helion at maitulak niya ito mula sa two-storey house nila sa Davao noon. *'We are dominant in nature, Britanni. Always wanting to be on top, to get the upper hand and to control things—even people. It's in our blood, we can never escape it. And that is one of the reasons why females are extinct in our kind. You have to be very careful of your dominance, sweety. Disguise it, supress it, whatever you want to do with it. You just have to remember that as a Xyrin, mortals will fall at your feet and surrender their control to you. You have that compulsion in your system they cannot resist. Your eyes are the key. Cover them always.'*

Minsan naiisip tuloy niyang lubhang kay hirap ng maging *Xyrin.* Isang uri ng nilalang na mukhang tao pero hindi naman talaga tao. The perfect humans—that's what they are called. Sa madaling sabi, panget ang tawag nila sa mga Xyrin na may average na mukha. Because Xyrins are typically gorgeous and beautiful, creatures who looks like they've been torn straight from GQ, minus the effort in make up.

Those looks makes them abnormal. Because seriously, nobody looks as perfect as the way they do. At minsa'y parang sumpa ang katangiang iyon. Mortals obsessed over them whenever they see their real face. They go bonkers and then they kill themselves when Xyrins refused to notice them.

It pisses her off all the time. Hindi naman kasi sila sanay na magkubli sa mundo ng mga mortal. Pero sa kasamaang palad, kinailangan nilang gawin iyon. Sila lamang ang mga uri ng Xyrins na itinakwil sa sarili nilang teritoryo sa Calipto dahil nalahian sila ng dugo ng mga mortal. Ang buong samahang pinamumunuan niya na may tinatayang dalawandaang katao—*Legion* kung kanilang tawagin—ay panay mga kalahating Xyrin at kalahating mortal. And the kingdom in Calipto loathes human. Kung kaya naman walang pakundangan silang ipinatapon sa Pilipinas upang mamuhay kasama ang mga tao.

Marami nang taon ang lumilipas at hindi pa rin sila nasasanay. Sa palagay niya'y mananatiling may lamat ang kanilang pakikitungo sa mga mortal dahil sa nakalakihan nilang kultura na ang mga tao ay hindi mapagkakatiwalaan. It made her second guess herself before, because after all, she is half human.

"May problema?" ang bungad sa kanya ni Helion nang puntahan niya ang opisina nito sa *Clique* kinagabihan.

Naningkit ang kanyang mga mata sa nadatnang posisyon ng kapatid. Parang wala lamang dito ang ginawang gulo sa pagitan nila ng pinsan niyang si Deanne. Granted, hindi naman iyon ganoon kalaking bagay. Pero nakita niya ang pagpa-panic ng pinsan niya kanina. That was grounds enough for reprimand.

"Bakit hindi mo man lang ako inabisuhan na nag-entertain ka na pala ng human clientele? Akala ko ba sa susunod na taon mo pa gagawin 'yan?"

Umiling-iling si Helion, tumayo at nagtungo sa maliit na freezer na nasa silid. Kumuha ito ng baso bago naglabas ng pitsel mula sa ref. "I figured you wouldn't be interested. Hindi ka naman kahit kailan naging interesado sa pamamalakad sa Clique, hindi ba?"

She rolled her eyes at the same goddamn issue. "This is a BDSM club posing as a regular bar for Pete's sake, Helion! Ano'ng gagawin ko sa negosyong ganito?"

Hinarap siya ng kapatid, huminto mula sa pagsasalin ng kung anumang laman ng pitsel sa hawak nitong baso at biglang dumilim ang anyo sa kanyang nasabi. "Being a Xyrin living in a mortal world is hard enough, Britanni. But being a Xyrin living in a mortal world without financial resources is truly and utter suicide! Ginagawan ko ng paraan ang pananatili natin dito kahit parang wala kang interes na bitbitin ang responsibilidad mo bilang *Legee* namin sa balikat mo so don't you dare judge this club!"

Kumuyom ang kamao niya, suddenly wanting to punch the hell out of her brother's face. "Hindi ko hinuhusgahan kung anuman ang nagawa mo para sa Legion. Nagpapasalamat ako do'n, in the contrary, Helion. Pero ayoko ng ganito! Ayoko ng pinagkakakitaan mo ang isang bagay na dapat ay ginagawa lamang natin to give pleasure! I don't like earning money from dominating clients who want to experience being a sub!"

"Hindi naman ikaw ang gumagawa no'n, ah! I'm hiring someone else to do it! And stop yapping about your self-righteous morales! We had to survive, for crying out loud! At wala akong ginagawang masama sa pagpapaandar ng negosyong ito when I get to serve my clients well and my own Legion at the same time!"

Nararamdaman na niya ang pag-akyat ng inis sa kanyang sistema. Temperamental, that's what she is at night, especially kung ang kapatid niya ang nakakaharap niya. They're not exactly the closest siblings in the world. But for this night, mas pinili niyang pigilan ang kanyang sarili sa pagsabog na parang isang bulkang nag-aalboroto.

Sa halip ay huminga siya ng malalim at tumango kay Helion. "Okay. It's clear we have reached an impasse. Go ahead, do what you want. Maybe in time, I'll come to terms with this... this whole thing—the business and how you ran it. Call a truce, Hel. Let's stop this stupid fighting over nothing."

"Nothing and everything," sansala nito na nakapaningkit ang mga mata, waring hindi naniniwalang nakikipag-ayos siya.

"A truce, Helion. Please."

Matagal siyang tinitigan ng kapatid. Binabasa, kinakalkula. Mga ilang sandali pa bago ito dahan-dahang tumango na para bang nag-uumpisa pa lamang itong buuin ang isang desisyon.

"Okay, a truce. How about I introduce you to one of my few friends who are here as a client tonight?"

Umarko ang kilay niya, bahagyang nagulat. "You actually have friends?"

Her brother rolled her eyes at her. "Gusto mo ba talaga ng ceasefire o mas gustong mag-unpisa na lang ulit tayo?"

"Okay, sorry, no." Mabilis niyang bawi. Hindi lang naman talaga siya makapaniwalang may mga kaibigan si Helion sa labas ng kanilang Legion. Especially humans. "Fine, I'll take that offer. Let's go."

Ngumiti ito bago binitawan ang basong may inumin at binuksan ang pintuan para sa kanya. Nauna siyang lumabas at maglakad palabas ng opisina ng Clique sa pangatlong palapag.

Dinala siya ni Helion sa second floor, where the special booths are. Sa ibaba kasi ng Clique ay ang bar na syang tipikal na role ng establisyimentong ito sa pangkaraniwang mga oras. The second floor was the VIP booths where the red room, the black room and the blue room were located and of course, the private rooms where VIP guests are allowed to use.

Humantong sila ng kanyang kapatid sa isa sa mga private rooms na may asul na kurtina. Hinawi iyon ni Helion at pumasok sila sa loob. She stopped on her tracks nang makitang mabuti ang bumungad sa kanila.

A circle suck. Of course! Bakit pa ba siya magtataka? But that's not her problem. No. Far from that, actually.

There were six males seated at the couch and six females sucking those men's unashamed tools. Nagkalat ang mga alak at ang amoy ng sigarilyo sa silid. Ngunit ang nakatawag lamang ng kanyang atensyon ay ang lalaki sa pinakadulo ng sofang iyon. He was grunting, gripping the female's hair so tight she was sure it hurts. His head was thrown back the couch, his adam's apple bobbing up and down as he gulps so sexily.

And the most shocking thing in that is... *she's damned familiar with that voice!* Hindi siya maaaring magkamali. Kilalang-kilala niya ang baritonong tinig nito na maski sa simpleng pag-ungol ay kaya niyang ma-identify ang lalaki. She paid too much attention to that voice because of the fact that she couldn't see him clearly.

But now she could. And oh hot damn, he's one gorgeous specie! From those pectorals that she'd love to bite to his flat naked chest and his six pack abdomen down to his strong thighs that are now spread wide open to accomodate the brunette sucking his junk. He's primal male all over. One she'd love to get under her. But he spells taboo. A line she wasn't supposed to cross.

At para bang nananadya pa ang pagkakataon ay sa sandaling iyon pinili ng lalaki na magmulat ng mga mata. Eksakto ang pagtama nito sa kanyang asul na pareha. She tensed, waited in dread to see if he would recognize her.

Oh hell no. Please. Christ, this couldn't be happening. Not her professor. Not her goddamned gorgeous professor!

Then she saw that spark. That brief flash of recognition in his eyes. Napaatras siya't napalunok nang umupong maayos ang binata, stopping the woman sucking him.

"Is it... You are... M-Miss Knight?"

Holy shit. Where the hell are miracles when you need one?

KABANATA II

ANO nga ulit iyong lumang kasabihan? The one where you make a lemonade when life throws you lemons? Well she'll gladly be dumping those lemonade into someone's head—probably her brother's—and see if they can handle life throwing them a bunch of those goddamn lemons!

Daig pa ng burol ang katahimikang naghari sa opisina ng kanyang kapatid later that night nang kasama nilang maupo ang mga kaibigan nito, kasama na roon s'yempre ang naiilang niyang propesor.

"Well..." tikhim ng isa sa mga ito. That guy who had a blonde noodle hair beside Helion. "this is pretty awkward but hey. Look at the brighter side. At least you guys can get to know each other."

Naningkit ang kanyang mga mata, lalo pang nainis sa suhestyong iyon ng lalaki na marahil ay napansin nito kung kaya't biglang nanahimik. Sa puntong iyon pinili ng kanyang kapatid na mang-inis pang lalo sa pamamagitan ng pagtawa.

"Okay, sis, relax. I'm pretty sure Anthony won't have you suspended just because he found out you're funding this club."

Binalingan niya ng matalim na titig si Helion. "Hindi naman 'yon ang problema, eh. The problem is they—"

"—Know about us." Agad na putol nito sa kanyang sinasabi na syang ikinagulantang niya. Grimly, he nodded as if he was confirming her worst fears. "I'm sorry. Sasabihin ko naman dapat sa 'yo ito pagkabalik ko noon galing sa Afghanistan. But you were... busy. Kailangan nilang malaman ang tungkol sa akin, Britanni. It's impossible to be on a freaking military army without them knowing what I am. Nagtataka sila kung bakit halos mamatay-matay ako kapag walang sex."

She cringed at the mention of sex. "Too exaggerated. Walang namamatay sa pagka-tigang, Hel."

Nagkibit ng balikat ang kapatid niya. "At least that's how I feel."

Umirap siya't akmang sasagot nang may bigla siyang mapagtanto.

Military? Napabaling siya kay Anthony na tahimik na umiinom ng scotch sa tabi ng blonde na nagsalita kanina. "You joined the military, too?"

Nag-angat ng tingin ang lalaki, marahil ay naramdamang siya ang tuon ng atensyon ng lahat at ibinaba ang hawak na baso sa mesa. "I'm... I'm sorry?"

For a moment ay napamaang si Britanni sa narinig. He stuttered. Her sexy as sin and sex on legs professor stuttered! Oh hell...

Ngunit agad din siyang nakabawi, lumunok at pinalis ang kaistupidahang iyon. "You're friends with Helion when he was in Afghanistan, right? De ibig sabihin do'n ka niya nakilala? It means you joined military too."

Dumilim ang anyo nito, ang tense nitong katawan ay lalong nanigas. Bigla ay pasimpleng tinapakan ni Helion ang kanyang paa na naging sanhi ng pagbaling niya rito. Umiiling-iling ito sa kanya, signalling her not to push it. At dahil mabait naman siyang bata paminsan-minsan, nanahimik na lamang siya't hinintay kung sasagot ba si Anthony o hindi.

"I... I didn't. I was there for business."

At kahit hindi siya na-satisifed sa ganoong sagot ay tumango na lamang siya. "Ahhh."

Mahabang katahimikan na naman ang sumunod. Walang kaanu-ano'ng ipinagdaop ni Helion ang mga palad ng may tunog at tumayo mula sa kinauupuan. "Welp, if we're done here, we better go and pick your poisons. The night is young, my brothers! We better make the best out of it!"

At sa palagay niya, that was her cue to stop eating up her own professor like a starved animal and be the decent female she was raised.

"Bababa na kami," baling sa kanya ni Helion. "Babalik ako mamaya, ihahatid ko lang sila."

Tumango lang si Britanni at hindi na umimik pa. Nagsunuran ang mga kaibigan ng kanyang kapatid palabas. One of them even waved at her and winked maliciously. Sinamaan niya lamang ito ng titig.

Nang sumarado ang pintuan ng opisina ng kanyang kapatid ay sumandal siya sa sofa at nagsalin ng scotch sa isang bakanteng baso. Ayaw pa ring mag-sink in sa kanya ng nangyayari. She just saw her professor—her thirty four year old professor who is older than her by eight years—getting a blow in her own club, a BDSM club for fuck's sake! At nalaman pa niyang alam nitong isa siyang Xyrin. A goddamn Xyrin whose crazy species cannot ever tolerate a day without dominating anyone or anything.

Posible pa ngang nasabi rito ni Helion na isa rin siyang dominant. Isang may sayad na female dominant.

Naalala niya tuloy ang sinabi ng lalaking iyon—what was his name again? Ah. Kaizer. He said early this morning na may sayad din ang propesor. Napaismid siya sa kanyang sarili. Malamang, ang sinasabi nitong sayad ay ang pagiging kinky nito sa sex. Paniguradong dominant din ito kagaya niya. Although... how the hell Kaizer would know that is a bit baffling.

Mayamaya pa'y bumukas ang pintuan. Napatigil siya sa pag-inom ng pangalawang baso niyang scotch nang iluwa ng pintuan si Helion na nakapagpalit na ng damit.

He had a quickie, she thought. Paniguradong-panigurado. Kita naman sa aliwalas ng ngiti nito, eh.

"Marami kang kalokohan na dapat ipaliwanag, Helion. Sit down and stop the stupid grin, for goodness sake!"

Humalakhak ang binata. "Relax, little sis." Pumlakda ito sa couch na nasa tapat niya at nakangising dumekwatro. "I tried so many times to tell you to shred that celibacy cloak. Celibacy doesn't become you, Britanni."

"Ha-ha," panunudyo niya dito. "You're so funny, brother. H'wag kang lumihis sa topic. Ipaliwanag mo sa akin kung ano'ng nagaganap dito. How did you managed to befriend those humans?"

Nailing ito sa kanya, hindi niya alam kung bakit o kung para saan ngunit pinili na lamang niyang huwag patulan ang ginawa nitong aksyon. Baka mamaya kasi'y maging World War IV na naman ang kanilang pag-uusap.

"Sabi ko nga sa 'yo, hindi ba? Nakilala ko sila sa Afghanistan when I joined the military eight years ago. Rush, Angelos, Nick, Cody, and Sedric are part of my troupe. While Anthony was our visitor because he had to do a research work para hindi mawala ang academic funding niya. It just happened that we were the target of his work kaya't sa amin siya napadpad. And from there, we became friends."

Kumunot ang noo niya sa naging kwento ni Helion. "So research work lang ang dahilan kung bakit siya nando'n? Wow, ha. Kailangan pa talaga niyang pumunta ng Afghanistan para mag-research tungkol sa mga militar. Sa Mindanao lang marami na."

Helion rolled his eyes heavenwards. "Oh please. Iba ang nararanasan ng mga sundalo sa Afghanistan, Britanni. It was more dangerous there. More... more miserable." Pagkatapos ay ipinilig nito ang ulo na para bang pinapaalis ang kung anumang mga isiping pumutakti roon. "Anyway, enough about us. Let's talk about you and Anthony. What's up?"

Muli ay kumunot ang kanyang noo sa pagkalito. "Ano'ng what's up?"

"I see the way he looks at you earlier, Britanni. The *very* subtle power exchange. You, the big bad wolf. Him, little red riding hood. I'm not stupid, sis. I smell potential when there's one."

Nanlaki ang mga mata niya sa gulat sa narinig. "Are you fucking kidding me? That's my professor! And he's dominant for fuck's sake!" bulalas niya sa sobrang pagkabigla.

This time, si Helion naman ang nagulat sa sinabi niya. "Shit, Brit. You didn't noticed? Didn't even smell a rat under your nose?"

Kinunutan niya ng noo ang kapatid. He couldn't possibly be telling her what she thinks he is intending to tell her...

"B-But... but he's a *dom*!"

It was in his walk, his stance, his gestures with the woman who was giving him head earlier on the couch. Hindi man niya ito madalas na makita ng malinaw sa araw-araw, sa ilang minutong iyon ay nakita niya ang kakayahan nitong maging angat at kunin ang kontrol ng makakapareha nito. Men, in nature, are dominant creatures. She wasn't sure what Helion is trying to indicate here but that's what she knows.

Anthony Cane is *very* dominant. There is no mistaking that.

"He's not, Britanni. He's a goddamn *switch*!"

Napamaang siya, nalaglag ang panga kasama na ang kanyang mga eyeballs sa sahig. Hindi siya nakapagsalita agad na sinamantala ni Helion upang magtuloy sa pagsasalita. "I think I should start from the very beginning. Hindi ko alam ang lahat-lahat ng nangyari kay Anthony, but I know it's insane.

"He was a wild card when he came into the troupe eight years ago. I saw what you saw, a dominant strong man out for play. Pero noon pa man ay sarado na ang emosyon ni Anthony sa lahat. He kept it business-like. Ni hindi man lang nakikipag-inuman o nakikipagkuwentuhan. Then that incident at Afghanistan happened. May nagpasabog ng humvee namin on the way to deliver the ammunitions the other troupe needed. Nagkataong sumama si Anthony kaya't napasama siya sa encounter.

"It was a tragic time, that day. Lima sa team ko ang nakuha, kasama si Anthony. Kami na lamang nina Rush, Nick, Sedric, Angelos at Cody ang natira. They were missing for months, Britanni. When we managed to retrieve them after ten months, si Anthony na lang ang natira sa kanila. He had that scar—did you saw his scar?—and he was naked in a room. Hindi namin alam ang nangyari. He never opened up to us. But he was diagnosed of having a Posttraumatic stress disorder and yet... he never did talk to any psychologists to cure him. He just told us na kaya na niyang i-manage ang sarili niya, what with being a psychologist himself."

Napahawak si Britanni sa ulo at sinusubukang i-digest ang lahat ng sinabi ni Helion. This was becoming too big a deal for her, she realized. Pero sadyang nakakagulat lamang isipin na ang kagaya ni Anthony Cane ay may mga pinagdaanang ganoon. She just assumed na bilang isang matalinong propesor ng sikolohiya, walang kung anumang problema sa utak ang lalaki.

Ngayon tuloy ay nagda-dalawang isip na siya. May sayad siya't naka-graduate siya ng psychology. Paano na kaya ang iba pang graduate students sa klase niya? Baka naman lahat sila'y may sayad din na kagaya nila ni Anthony.

"S-So... so this thing introducing him to the Clique...?"

Bumuntong hininga si Helion. "I meant this as a distraction for him. Ang totoo n'yan, Britanni... matagal ko na siyang pinagbibigyan ng serbisyo ng Clique. I'll send him one or two girls every week, give him a once a week session. I thought maybe it'd be a diversion. It was my fault in the first place kung bakit siya naroon noong araw na iyon."

Naglinya ang kanyang mga labi at natahimik siya ng ilang sandali. Madali lamang ang makasanayang gawing diversion ang BDSM. Sa mga ganitong community madalas na naibubuhos ng mga indibidwal ang frustrations nila sa buhay. Pero hindi naman ibig sabihin niyon na nakakagaling ang ganitong uri ng kapaligiran. Bilang psychology practicum, alam niyang hindi malusog sa mental na aspeto ang gawing pamalit sa therapy ang BDSM.

But then who was she to judge?

"He's a switch?" muli niyang pag-uulit sa sinabi ng kapatid na tila hindi pa rin makapaniwala.

Helion quietly nodded. "Yes. A switch."

She frowned in slight annoyance. She doesn't like switches, to be frank. Hindi mo kasi malalaman kung ano sila sa pagkakataong iyon. Kung top ba o bottom. Kung trip ba nilang maging dom sa gabing iyon o sub. At isa pa, hindi niya ma-imagine si Anthony na magiging submissive. It was just too impossible.

Too good to be fucking real.

ANG SUMUNOD na araw sa klase ay ang tinatawag niyang 'the calm before the storm'. Gaya ng mga normal na araw, invisible siyang muli sa lecture ni Professor Cane. At kagaya dati, hindi niya maaaninagang mabuti ang mukha nito nang dahil sa makapal na salaming hiniram niya kay Deanne.

Tahimik siyang nakinig sa diskusyon at sa itinuturo ng propesor. He was talking about the different sexual orientations of an individual and its causes and effect to their minds. Napapikit siya ng kanyang mga mata at ninamnam na lamang ang baritonong tinig ng lalaki sa kanyang pandinig matapos ma-realize na wala ring silbi ang pagtatangka niyang tignan ng maayos si Anthony. She was seated on the last chair of the last row, her thick stupid eyeglasses was giving her headache as she squints and focuses her sight on the front.

This... is freaking impossible.

Napamura siya sa isipan. Bakit ba hindi pa rin siya maka-move on sa nangyari kagabi? Hanggang ngayon kasi'y nararamdaman niya pa rin ang kuryosidad na malaman ang buong detalye sa pagkatao ng propesor niya. Nakikita niya pa rin hanggang ngayon ang itsura nitong nakaliyad sa couch at nakapikit ang mga matang sarap na sarap sa ginagawa sa kanya ng babaeng entertainer kagabi. Naririnig niya pa rin hanggang ngayon ang magaspang nitong pag-ungol.

Ugh! This is so wrong! Kastigo niya sa sarili na halos magpapadyak na sa kinauupuan nang dahil sa inis.

She felt so hot right now. Contained. Uneasy. Trapped. Eager for release. Kaya naman nang mag-dismissal at wala na siyang naintindihan sa lecture ay dali-dali siyang tumayo saka umalis na ng silid. Hindi na niya alintana ang mga silya't mesang nabubunggo niya sa dinaraanan palabas.

Ang gusto niya lamang ay makalabas na sa silid na ito at lumayo sa lalaking iyon.

Bulag na lumiko siya sa isang pasilyo. Hindi na niya alam kung nasaan siyang parte ng unibersidad. Hinanap niya ang exit pagdating doon. Ang problema'y dahil sa hindi niya makita ng maayos ang daan ay bumangga ang kanyang balikat sa bukas na pintuan ng isang silid doon. She hissed in pain. Sapo ang balikat, minura niya ng ilang makukulay na mura ang sarili dahil sa katangahan. Mabuti na lamang at walang nakakita sa kanya. Dahil kung mayroon mang nakakita... mamamatay siya sa kahihiyan.

"Britanni! Okay ka lang?"

She died.

Noon ay ipinanalangin niyang bumukas na lamang ang lupa at lamunin siya ng buhay. Why? Why oh why na sa lahat ng taong makakakita sa kanya'y ang mismong tao pa na iniiwasan niya? Ano bang sumpa ang ipinataw sa kanya ng langit? Bakit ngayon? Bakit sa ganitong paraan?

"Britanni? You're spacing out. Does it hurt? Dadalhin kita sa clinic." Then she heard him mutter a few colorful profanities. For whom or what, she didn't know. "I *will* definitely bring you to the clinic. Your arm is getting purple."

Oh shit. Sa sobrang lakas yata ng impact ng pagkakabunggo niya sa pintuan ay nagpasa ang balikat niya. Damn. This wasn't her proudest moment as of late.

"H-Hindi na, okay lang ako. I need to go."

"Ihahatid kita. You clearly don't see the way. Baka kung ano pang mangyaring masama sa 'yo. I just have to do something important in the office. Saglit lang."

Hindi na siya nito hinayaang sumagot at basta na lamang siyang hinila sa kung saan. Diretso ang lakad nila, mahigpit ang hawak nito sa kanyang kamay at hindi lumalayo sa kanyang tabi ang lalaki. Nararamdaman niya ang init ng presensya nito. Ang palad niyang nakapaloob dito ay halos madurog sa higpit ng hawak ng lalaki.

Switch. Hindi pa rin siya makapaniwala.

"You can sit here first," anito nang maisarado ang pintuan ng opisina. "Sandali lang ako."

Bigla na lamang nawala si Anthony sa cubicle. Sumunod niyang narinig ang rustle ng mga papel. Nagpalinga-linga siya. Blurred. Then on an act of sheer desperation and frustration, she took off her eyeglasses with a curse.

She's never going to wear this freaking eyeglasses again!

"What are you doing?"

Nabaling ang tingin niya sa isa pang taong naroon. Anthony. Oh hell. Her tongue darted out to lick her lower lips. He was more... *fuckable* during daylight. Very different from the man she saw last night.

Ang lalaking ito ay may aura ng respeto sa suot nitong gray suit. The tie was missing but who the hell cares? He looked so hot with his eyeglasses in place, his gray coat opened leaving his white polo shirt revealed. And oh, that scar in his face. Isa iyong pahabang guhit sa kaliwang pisngi ng lalaki. She recognized it as a knife wound. A very deep knife wound.

"Ayos lang bang tanggalin mo ang eyeglasses mo?"

Napakurap siya, sinubukang i-digest ang itinatanong nito. Ah. Yes. The eyeglasses.

Wait—Holy shit!

Dali-dali niyang isinuot muli ang salamin, flicking her gaze away from him. "God, I'm so sorry! I forgot you're human!"

Oh please don't let him be obsessed!

Pero sa isang banda, okay lang naman para sa kanya iyon. She likes him obsessed. At least, may tsansa silang dalawa. May mangyayari. Kaysa namang ganito na pinagkakasya niya ang sarili sa pagpapantasya mula sa malayo.

Helion was right after all. Celibacy doesn't become her. She wants to play. With him. And hard. *Very hard.*

Walang kaanu-ano'ng biglang tinanggal nito ang kanyang salamin na ikinalaki ng mata niya sa pagkagulat. Naroon ito sa harap niya, nakangiti ng malumanay at hawak-hawak ang tinanggal nitong bagay sa mata niya. "I'm protected. Binigyan kami ni Helion ng earrings."

Dumako ang paningin niya agad-agad sa kaliwang tainga nito. Isang maliit na hikaw na pilak ang nakakabit doon na ipinasasadya nila upang ma-protektahan ang mga mortal sa natural na pang-aakit ng mga kagaya nilang Xyrin.

That explained kung bakit hindi siya nito napapansin sa klase o kung bakit madali lamang siyang balewalain nito. Nakasalamin na nga siya't nagpo-postura ng pagka-panget, may proteksyon pa itong hikaw na galing kay Helion. Well, hell. Seducing him would be so hard. Eh mukhang hindi naman siya tipo ng lalaking ito.

At isa pa, she doesn't do switches.

Nevermind.

"Good for you," ang tangi lamang niyang naisagot makaraang makumpirmang wala nga siyang epekto rito.

Tumango ang lalaki. "Nakuha ko na ang kailangan ko. Halika na?"

Siya pa ba naman ang tatanggi sa libreng sakay? Lalong-lalo naman na kung ang maghahatid pa sa kanya ay ang pinagnanasaan niyang nilalang? Bakit naman siya tatanggi?

Tumango siya. Sinundan niya sa paglalakad ang propesor. Marahil ay sa pag-aalala rin nitong makita sila ng mga tao, pinili nito padaanin sila sa hindi mataong pasilyo patungo sa parking area ng unibersidad. So far ay mga gwardya lamang ang nakakita sa kanilang magkasama palabas. She wondered briefly kung magsususpetya ang mga ito sa pagsakay niya sa Avanza ni Anthony.

And in the end it wasn't important. Seemed like the professor was too brave to even care if someone sees her occupying the front seat beside him. Tahimik lang itong nagbukas ng pintuan sa kanya, nginitian siya ng matipid at saka pinaandar ang sasakyan pagkasakay.

She had a place at Alcaz, malapit sa Seidara village na inookupa ng kanyang pinamumunuang Legion. Alcaz was much convenient dahil malapit ito sa Saint Andrews kaya't doon siya namamalagi. Doon siya nagpahatid kay Anthony.

Katahimikan ang naghahari sa kanila habang nasa byahe. Mga ilang minuto pang ganoon nang mapuno na siya't mabingi.

Tumikhim siya na nakatawag ng atensyon ng lalaki. Sumulyap ito sa kanya, muling ngumiti saka itinuong muli ang atensyon sa daan. "So uh... wala kang seminar today?" pausisa niyang tanong.

Umiling ang lalaki. "I want to go home early. Nag-uwi na lang ako ng paperworks."

"Oh." Shit. She'd probably come off snooping—well, she is snooping. But hell, she just couldn't resist it! "I'm sure your wife wouldn't be happy about that."

Napatingin ito sa kanya, malinaw ang pagtataka sa ekspresyon. "Hindi sinabi ni Helion sa 'yo?"

"Ang alin?"

"I don't have a wife."

"A girlfriend then," or a lover. Ngunit pinili niyang isaloob na lamang ang kadugtong ng sinabi niya.

Umiliing ito. "Wala rin."

Binalingan niya ng tingin si Anthony. Nagkasalubong sila ng mga mata and in that moment, the whole world stopped. Hindi niya alam kung ano'ng pumasok sa isipan niya. O kung ano'ng nangyayari sa kanya. All she knows was she was so goddamned aware of him and his presence. Ang mga mata nitong kakulay ng banayad na dagat sa gitna ng tagsibol, ang ilang mga linya sa nakakunot nitong noo at ang mamula-mulang labi ng lalaki na gustong-gusto niyang hawakan.

At sa huli'y hindi niya nagawang pigilan ang kanyang sarili. Kusa na lamang umangat ang kanyang kamay at hinaplos ng hinlalaki niya ang labi nito. The lips puckered, his tongue darted out seeming to want to taste her finger, her skin. Pagkatapos ay sunod niyang sinundan ng haplos ang linya ng peklat nito sa mukha. He closed his eyes. She heard the hitch in his breathing.

Alam niyang maraming posibilidad na mangyari sa sitwasyong iyon. Malayo ang mararating ng eksenang iyon kung hindi lamang niya sana nakita ang rumaragasang kotse na pasalubong sa kanila.

Natauhan siya.

"Anthony, the car!"

Agad itong napapitlag, iniliko ang manibela at tinapakan ang brake. Halos humagis siya sa dashboard kung hindi lamang siya nakasuot ng seatbelt.

Pareho silang tumahimik. Siya, nanlalaki pa rin ang mga mata sa naganap habang si Anthony ay lumulunok ng pagkalakas na halos dinig na niya't nakikita sa kanyang isipan ang pagtaas-baba ng Adam's apple nito.

Hell. What they just did was off the charts. Naramdaman niya ang boltahe ng elektrisidad nang dumikit ang balat niya sa balat nito. Sparks. And sparks of any variety are dangerous. She needed to turn it off bago pa siya masiraan ng bait.

So God help her. Kailangan niya ng balde-baldeng lakas ng loob para magpigil.

KABANATA III

THERE it was again.

The bad thing. The very very bad thing catching up on him, making him unable to breathe. May kung ano siyang nararamdaman sa kalooban niya, kung ano'ng gustong kumawala. Naririnig niya sa tainga niya ang mga sigaw, mga hiyaw ng babaeng may kulay tsokolateng mga mata. Ang mga malamig na kamay na iyon sa kanyang hubad na balat, nang-iinsulto, nananakit.

Suminghap siya, iminulat ang kanyang mga nakapikit na mata at hinigpitan ang hawak sa taling nakapulupot sa kanyang kamay.

The pain was settling in his fuzzy mind. The noise of the leather touching his bare back and ass. Nararamdaman na niya ang init na iniiwan niyon sa kanyang balat. Then it registered completely. Something thick, hard—the cane. It cracked against his tender flesh and pain shot through his left thigh.

He grunted in pain but thanked his dominatrix anyway for taking his internal hurt and replacing it with the physical one. Because that kind of pain always hurts much less than the emotional one. It made him forget for a while, made him focus on other things than the haunting memories plaguing his head every damn time.

"Feel that, pet? Feel the pain?"

Kinagat niya ang kanyang dila upang mapigilan ang murahin ang babae. Isa lamang siya sa maraming nagta-trabaho sa Clique na naka-encounter niya. But like any other Xyrin female, she gets to his nerve. They like inflicting pain to others much too much that even he couldn't help but scream sometimes in agony.

But what he dislike the most is talking.

Ayaw niyang makarinig ng tinig. Ayaw niyang may kumakausap sa kanya't gumugulo ng pokus niya mula sa sakit ng kanyang katawan. He wanted to focus on the pain, cradle it tightly, embrace it as if it was his redemption.

"But you deserve it, pet. You deserve this pain," another hit to his back that caused him to jerk against the ropes that held him captive. "Say it. Say that you know you deserve being treated like this."

Tumiim ang kanyang bagang at ipinikit muli ang kanyang mga mata. Nagmatigas siya, sinadyang hindi umimik sa kabila ng lakas ng impact ng mga hataw nito sa kanyang likuran. Nakasisiguro siyang magpapasa iyon kinabukasan. Not blood, no. Professional dominatrix in this club doesn't like drawing blood, it's against their policy. Pero alam ng mga ito kung paanong masasaktan ang mga sub sa ibang paraan.

Just like this.

He emitted a loud groan as a hand wrapped and tightened around his balls, gripping until he gasped in pain.

"Yes! Yes, I deserve it! I deserve the pain!"

Bumitaw ito sa kanya, taking a break from all the pain she'd inflicted on him for the last thirty minutes.

Iminulat niya ang mga mata't huminga ng malalim. Nakuha ng atensyon niya ang malaking salamin sa kanyang harapan. *Trick mirror*, Helion told him. Wala siyang ibang nakikita kung hindi ang kanyang sarili. Nakapulupot ang magkabilaang mga kamay sa taling nakakabit sa kaliwa't kanang parte ng kisame, walang saplot at naghahabol ng hininga. Nakikita niya ang mga namumulang latay sa kanyang katawan, kalmot ng mahabang kuko sa kanyang dibdib at ang pawisan niyang mukha.

Then he wondered suddenly if she was in the other room, watching him through the trick mirror.

He gasped silently when his erection grew at the thought of her. Britanni.

Oh God... She was heaven on this earth. Her dark sultry eyes, creamy skin and angelic face—as if she could do no wrong. A body to die for. Curvy, soft and tall. Hindi niya alam kung gaano katagal na siyang nagnanasa sa babaeng iyon. Hindi niya napansin iyon sa unang araw ng klase, noong pinagmamasdan niya ito habang tahimik na nakikinig ang dalaga sa kanya ngunit tila wala namang interes na tumingin sa kanyang mukha. Hindi niya lubos na maisip kung bakit nakuha nito ang kanyang atensyon. Basta na lamang... basta na lamang may kung ano'ng nag-udyok sa kanyang pagmasdan ito bawat segundo.

Kakatwa ang dalaga sa lahat ng estudyanteng nasa kanyang klase. She wore thick eyeglasses, long rumpled skirt and a boring blouse to match them. Palaging nauupo sa dulo ng silid. Nakikinig ngunit tila hindi interesado. But despite all of that, he'd feel his blood boil at the sight of her. May kung ano sa dalaga na tumatawag sa kanya, hinihila siya't inaakit.

That one time she touched him was enough for him to know they had built an instant connection. Para malamang mapanganib sa kanya ang dalaga. That he's going to regret ever letting her touch him like that. Pero hindi niya mapigilan ang sarili niya sa bawat pagkakataon. He's feeling the desparation ounce by ounce. Pero alam niyang mali. Alam niyang hindi dapat.

She's his student. And he's her professor.

So wrong. And yet it felt so right that she be the one to do what the others couldn't do.

Take the pain away.

Tumitig siya sa salamin, pretending, imagining she was at the other room, watching him like this. He wondered briefly what she'll think about him. Wondered if she was ever going to accept this about him—*how* she was ever going to accept this side of him.

"You've been a very good boy," dinig niyang tinig ng babae sa kanyang likuran. "Pakakawalan ko ang isang kamay mo. You can go pleasure yourself now."

He exhaled in relief. Pinakawalan nito ang kanan niyang kamay. Iginalaw-galaw niya iyon upang mawala ang pamamanhid nang dahil sa matagal nitong pagkakasuspende sa ere. Then when all the blood circulated properly on his hand, he lowered it down to grip himself. He winced at first, he was too hard that his rough palms felt like grain on his flesh. Mayamaya'y nakuha niya ang tamang ritmo, nasanay sa gaspang ng kanyang kamay.

His stick hated his hand. But he pictured Britanni on his head, her beautiful inviting red lips sucking him, licking him. He imagined her eyes looking up at him, her mouth full of his throbbing length that wants to explode inside her. He stroked himself faster, feeling the rise of pleasure engulfing his system.

He imagined her, heard her even in his mind, telling him in that sweet angelic voice, "*Let go now, Anthony. Let go for me.*"

It was like a string being pulled. He came with an explosive grunt, he could almost swear he's seeing stars on his head. Para siyang nalunod, umahon sa dagat pagkatapos ng mahabang oras na pagkakalubog doon.

Makalipas ang ilang oras, natagpuan niya ang sarili niyang nakatanaw sa terasa ng pangalawang palapag ng club, nakatanaw sa bar sa ibaba at pinagmamasdan ang partikular na babaeng may mahabang buhok at maitim na mga matang nagniningning sa samu't-sari ng liwanag sa dance floor na nakaupo sa harapan ng counter. She was holding a glass of scotch—her sixth glass by the way—at para bang nilulunod ang sarili sa alak. Kung bakit ay hindi niya alam. Ngunit may kung ano sa kanyang nag-protestang makita sa ganoong estado ang dalaga.

"Babain mo na," udyok ng baritonong tinig ng tumabi sa kanya at nakilala niya bilang si Helion na nakangisi at may hawak na bote ng beer. Nag-abot ito sa kanya ng isa na kinuha naman niya't itinungga. "Para kayong tangang dalawa na naghihintayan. Sa tingin n'yo ba may mangyayari sa inyo ng ganyan?"

Of course. It had to be her brother that will do the encouraging. How strange.

"Hindi ko alam kung ano'ng sinasabi mo." tanggi niya na tinawanan ng kaibigan.

"She doesn't like switches, Anthony. Iyon lang naman 'yon, eh. So if you really want to be with her, you better know what it is you want. She doesn't like to be on the receiving end of pain. She'd go batshit crazy on your ass."

"Hindi ko siya popormahan kung iyon ang ipinahihiwatig mo. Masyadong... masyadong komplikado. Iisa kami ng university na pinapasukan. Estudyante ko siya. At isa pa..." he trailed off, naubusan ng mga dahilang sasabihin. Parang kahapon lang ay kay rami niyang nakalistang dahilan kung bakit hindi sila maaaring magkaroon ng relasyon ni Britanni kahit pa gustong-gusto niyang mangyari iyon. Pero ngayon, parang naglaho na lamang na parang bula ang mga dahilang iyon.

Nagkibit ng balikat si Helion. "Okay. Bahala ka. Ginusto mo 'yan. Sana lang mapanindigan mo."

Walang pasabi itong umalis at wala siyang nagawa kung hindi ang sundan na lamang ito ng tingin. Binalikan niya ang mga sinabi ni Helion. Napapikit siya ng mariin. Hindi niya alam kung ano'ng problema sa kanya. But God, he can't remember ever wanting anything as much as he wants her now. Para bang kilalang-kilala na niya si Britanni. Na sa kabila ng pagiging estranghero nila sa isa't-isa'y nagkakaintindihan sila. Nagtatagpo. May koneksyon.

They had a sexual attraction, that was given. And proven too when she touched him that day in the car. Sparks flew that moment. Nablangko siya. Tumigil ang kanyang buong mundo. He'd never known any touch that gentle as hers. He never felt as if someone cared enough to touch that scar on his face. No one really made him feel cared at all. But at that one second her fingetips touched his scar, he felt it. Imagined how she'd take care of him as his dominant, give him the pain and pleasure he craves.

Lumulunok na ibinalik niya ang tingin sa ibaba. At nagdilim ang kanyang paningin sa nakita. Naroon si Rush, nakangising nakatabi kay Britanni at base sa mga gestures nito'y maliwanag na pinopormahan ang dalaga.

Walang dalawang isip na bumaba siya sa hagdanan at agad na pinuntahan ang kinaroroonan ng mga ito. Dalawang hakbang na lamang ang layo niya sa kaibigan nang walang sabi-sabing hinila niya ito sa pamamagitan ng kwelyo ng damit at inundayan ng malakas na sapak.

"What the—Anthony!" bulalas ni Britanni sa gulat sa nangyari.

Sapo ni Rush ang panga nang maka-recover sa sapak na iyon. Pagkatapos ay nanlaki ang mga mata nito, sa inis ay itinulak siya pababa sa sahig at ginantihan din ng sapak. Sinubukan niyang manlaban. They traded punches that got the bouncers of the club to have to separate them.

Ngunit ang tanging nakapagpatigil lamang sa komosyong iyon ay ang pagharang ni Britanni sa gitna nila. "Stop! Tama na, ano ba!"

"What the hell is your problem, man?" bulyaw sa kanya ni Rush na hawak-hawak ng dalawang bouncer bilang pag-aawat.

Akma sana siyang susugod ulit nang maramdaman ang palad ni Britanni sa kanyang dibdib. Tinignan niya ito, umiling ang dalaga na parang sinasabing huwag na niyang ituloy ang binabalak. His expression softened at that.

"Goodness, you could've just told me, Anthony! No need for bodily harm!" reklamo ng kaibigan. "I understand when a guy's claiming his territory, you could've just talked to me!"

Talk? Hindi na niya alam ang ibig sabihin ng salitang 'talk' nang makita niyang katabi ni Britanni ang kaibigan niya kanina. He acted on pure rage. Hindi pa siya nagiging ganoon ka-irasyonal buong buhay niya. It was as if his favorite toy was being stolen from him.

"Your lip is busted," nakakunot ang noong wika ni Britanni nang mapagmasdan marahil ang tinamo niyang damage sa nangyaring sapakan. "Let's go to my room upstairs. I'll mend the wound."

Her room? She has a room upstairs?

Natuyo ang lalamunan niya at hindi nakasagot. Kinuha ni Britanni ang kanyang kamay saka siya hinila paakyat sa ikatlong palapag. Walang nagsasalita sa kanila. Ngunit dama niya ang tensyon sa dalaga, ang makapal na barrier na sinisimulan nitong itayo. Kung para saan ay hindi niya alam. Marahil ay para i-shut down ang sekswal na tensyon sa kanilang pagitan. O baka para harangin ang kanyang presensya sa pagpasok sa sistema nito.

Isa lang ang sigurado niya noong mga oras na iyon. It's that one way or another, this frustration is going to fucking stop.

Nadaanan nila ang opisina ni Helion, nilampasan at pinasok ang pinakahuling pintuan sa pasilyong iyon. Inaasahan niyang makakakita ng samu't-saring mga kakatwang gamit gaya ng silid sa blue room kung saan madalas na ginaganap ng mga hired dominatrix ng Clique ang mga sessions ng mga ito. Ngunit sa halip ay bumungad sa kanya ang isang ordinaryong silid. May mesa't may swivel chair, may mahabang sofa na maaaring paghigaan, mga couches na nakapaikot sa isang maliit na coffee table at mga throw pillows na nakakalat sa carpeted na sahig.

An office, he assumed.

"Maupo ka na muna," iginiya siya nito sa mga couches at saka binitawan ang kanyang kamay. Emptiness seeped into his chest at the lost of contact. Parang bigla ay nahirapan siyang huminga. "Kukuha ako ng first aid."

Saglit na nawala ito sa silid. Naging blangko ang utak niya nang iwanan siya ni Britanni. Hindi niya alam kung dahil ba iyon sa mga nainom niyang beer o dahil sa kawalan ng presensya ng dalaga.

Mga ilang sandali pa ang lumipas nang muli itong pumasok sa kwarto at ngayo'y may bitbit nang first aid kit. Naupo ito sa kanyang tabi, humarap sa kanya at inabala ang sarili sa paglalabas ng alcohol, bulak at kung anu-ano pang nasa loob ng kit. Pagkatapos ay hinawakan nito ang kanyang mukha. Instantly, he closed his eyes. Her touch soothed him, made his demons go away, fade in the background.

And as if she knew it, hinaplos ng pad ng hinlalaki nito ang kanyang pisngi, making him sigh in satisfaction. Naramdaman niya ang pagdampi ng malamig na bulak sa kanyang labi ngunit hindi niya inalintana iyon. Itinuon niya ang lahat ng kanyang atensyon, lahat ng kanyang pokus at mga pandama sa sensasyon ng palad ni Britanni sa kanyang pisngi. Humahaplos at nagbibigay ng gaan sa kanyang pakiramdam.

His decision solidified more further. This has to be addressed.

"I think we should talk," wika niya sa garalgal na tinig.

Natigil ang pagdampi ng bulak sa kanyang labi, inalis iyon doon na naging sanhi ng kanyang pagmulat. Nakatingin na sa kanya si Britanni, her calm dark orbs looking intensely at his.

"We have to talk." Ulit niya sa sinabi.

To his relief, tumango ang dalaga. "Okay. Mag-usap tayo. Tungkol saan?"

"This. We have to acknowledge this... this thing we have."

"Thing?" taas ang kilay nitong ulit, amusement dancing in her eyes. "Pray tell me, Professor, what is this *thing* you're talking about?"

Napakurap siya, nag-init ang buong sistema. Noon lang nag-sink in sa kanya ang ginagawa ni Britanni. Flirting. She has to be flirting with him or he'll die from frustration if he finds out this is all a product of his wild imagination.

"We are attracted to each other."

Tumango ang dalaga bilang sagot. He willed her to say something. Ngunit mga ilang segundo ang lumipas ay hindi ito nagsalita. Pirmi lamang na nakatingin sa kanya at hinihintay ang susunod niyang sasabihin.

"Dammit, woman. Hindi ko alam kung ano'ng dapat na gawin, okay? This is all new to me! You are not the woman I am expecting.

And from day one, I must have felt it, known it that's why I act like this around you. But God help me, I just want you!"

Nag-iba ang facial expression nito. Ang kalmado nitong itsura ay naging lito pagkatapos ay nag-ibang muli, tumiim ang bagang at luminya ang mga labi. Nakita niya itong lumunok. Napagmasdan niya ang daglit na pagdaan ng hesitasyon at takot sa mga mata nito bago iyon muling naging kalmado.

It amazed him that she could conceal her emotions that easily.

"I supposed that 'I want you' remark gets you far with other women."

Kumunot ang noo niya sa pagkalito. "Walang ibang babae. I haven't been in a single relationship for nearly ten years now."

Her brow shut up in disbelief. "Hindi naman kailangang magkaroon ng relasyon kapag may ibang babae, hindi ba? Let's be honest, Anthony. You've not been celibate for like... ages."

"Ano'ng koneksyon no'n sa pinag-uusapan natin?"

Inialis nito ang palad sa kanyang pisngi and in an instant, he felt devoid of senses. The emptiness crept back in ngunit wala siyang nagawa kung hindi ang panoorin si Britanni na magkibit ng balikat at mag-iwas ng tingin.

"I don't do casual fuck, Mr. Cane."

Lalong nagusot ang kanyang mukha sa pagkalito. "I didn't asked for a casual fuck!"

"Oh? What then? A commitment? But you're not ready for that and don't insult my intelligence by telling me now that that's what you want. I know a commitment-phobe when I see one. And you are definitely one!"

Hindi niya naiintindihan si Britanni. At lalong hindi niya rin naiintindihan ang kanyang sarili. Alam niya't nakikita niyang magiging komplikasyon lamang ang babaeng ito sa kanyang buhay. Ngayon pa nga lamang ay natatakot na siyang ipagkatiwala ang sarili sa kaharap. He just knew she'd shred him to pieces.

Pero sa kabila niyon ay hinahanap-hanap niya ang permanenteng presensya ni Britanni sa kanyang sistema. He wanted her there and he couldn't figure out why. And yet he was scared to be with her, of this stupid feeling she gives him. He wanted to get rid of this unknown emotion. He feared it, dreaded it. At hindi niya magagawang tanggalin iyon kung hindi niya makukumbinsi ang dalaga na sumubok.

Maybe Helion was right. Walang mangyayari sa kanilang dalawa ni Britanni kung palagi silang maghihintayan at magkakapaan. So he did what he thinks is the right thing to do.

He grabbed her soft tender face and clashed his lips with her. He felt no resistance at first, he could tell she was shock at the initiation. He took her mouth with a fierceness he couldn't help but feel. At sa kanyang tuwa ay sinagot iyon ni Britanni ng may parehong pusok at nag-aalab na pagnanasa.

Her tongue darted out to taste his, swirled it with his own and suck. Napaungol siya sa sensasyong dulot niyon. God, she was so sweet! At tila ba hindi siya makuntento ay lalo niyang pinag-igi ang pagtikim sa tamis na iyon na nanggagaling sa bibig nito. Pinag-igting pang lalo ang halik, pinalalim. He couldn't get enough of her. He wants more, needs more. Deeper. More intense. Just... *more.*

"Britanni, I..." he panted, pulling his lips a hairsbreadth away from hers. "I need—"

Napasinghap siya't naputol ang kanyang sinasabi nang bumaon ang kuko ni Britanni sa kanyang leeg. Napapikit siya ng mariin. Oh pain. Yes, sweet sweet pain.

God, yes, Britanni. Hurt me. Take the pain away. Hurt me.

"That's what you need, isn't it, Anthony? Release and pain?" tumango siya ng sunod-sunod sa sinasabi ng dalaga. His throat bobbed up and down as he swallowed his pleasure. "Tell me why. Bakit gusto mong masaktan?"

Talking. He groaned in protest. He doesn't like talking. He wanted that pain. Deserved it. Ngunit biglang nawala. Nang magmulat ng mga mata'y natagpuan niya ang mga kamay ni Britanni na hinahaplos at marahang sinusundan ang linya ng kanyang peklat sa mukha.

Tumiim ang bagang niya. No. Don't pretend you care. You don't care. No one did.

"Anthony... why, baby? I see the pain you're hiding, hindi ako bulag. Sabihin mo sa akin kung bakit."

Sunod-sunod siyang umiling, ramdam ang inis at pagkadismaya sa sarili't maging kay Britanni. He doesn't want to talk. He just like to fuck—or to be fucked, whatever.

"I prefer your nails digging into my skin than you stroking me like that as if I was a pet." Dinig niya ang pait at asim sa kanyang tono. Ngunit hindi niya kayang pigilan iyon. He retaliated because he felt trapped, cornered.

And he felt the remorse that came with it instantly. Alam niyang hindi niya dapat iyon sinabi. At lalo pang tumindi ang pagsisising iyon nang makitang nag-angat muli ang mga depensa ni Britanni, closing her off of him furthermore.

"Okay then. Let's work this sexual tension off of our system. Pagkatapos nito, babalik tayo sa dati. Pretend you don't see me, that you don't even know me. Are we clear?"

Wala siyang nagawa kung hindi tumango. Christ. What had he done?

KABANATA IV

I NVISIBLE. She was starting to think that he has a personality disorder. O baka naman may kakambal itong nagpapanggap na si Professor Anthony Cane tuwing araw. Paano ba naman kasi, naka-invisible mode na naman siya sa klase. Granted na hindi na naman niya ito nakikita ng maayos dahil sa pesteng disguise niya ngunit ramdam naman niya ang sadya nitong pagbabalewala sa kanyang presensya.

Sa kabila ng inis doon ay nakahinga siya ng maluwag. At least ay hindi na siya ang gagawa ng hakbang upang umiwas. Ginagawan pa nga siya nito ng pabor sa totoo lang.

Pero hindi niyon pinagaan ang kanyang loob. Pagkatapos ng pag-uusap nila dalawang gabi na ang nakakalipas—that had been Friday and it was Monday now—she soon calmed down at pinag-isipan ang proposition nito sa kanya. Hindi niya pa rin alam kung saan ilalagay ang sarili niya. Yes, she likes to dominate, needed the control that came along with it pero ayaw niyang maging sadista. And it was clear that Anthony is a masochist.

How on ever-loving earth can two worlds collide?

Kung ililista niya ang lahat-lahat ng pagkakaiba nila ni Anthony na maaaring maging komplikasyon sa hinihiling nito't inaalok na relasyon, baka hindi na lamang listahan ang mabuo niya. It would be a full blown directory.

Tao ang binata, siya'y hindi. He's a switch, can do top and bottom, 'tapos siya'y dominant lamang talaga. Masokista si Anthony, iniiwasan naman niyang bumalik sa pagiging sadista. She doesn't do casual fuck, and apparently, he does.

Hindi niya alam kung ano'ng nakita ni Anthony sa kanya. Inaamin naman niyang may insecurity issue siya (she wasn't able to handle that very well every now and then) pero sadyang hindi niya lang maintindihan ang atraksyon ng lalaking iyon sa kanya. Sa unang pagkikita pa lamang ay hindi na siya kaaya-ayang tignan. Ni hindi nga niya masyado itong pinagkakausap.

What the hell had he seen in her?

"That's five," bulong ng katabi niya na nakapagpapitlag sa kanya.

Kilala niya ang tinig na iyon. Kaizer. "Five?" kunot-noo niyang ulit sa sinabi nito.

"Binibilang ko ang beses na titingin siya sa direksyon mo sa bawat pagyuko mo para magsulat. You really need to steer clear of the man."

Naningkit ang mga mata niya ng saglit ngunit agad ding ibinalik sa dati. "Hindi ko alam kung ano'ng sinasabi mo."

"Nagwa-warning lang ako. Pakiramdam ko lang kasi I had to protect you from him."

Protect? Tatawa sana siya kung hindi lamang nakakawindang ang sitwasyong kinalalagyan niya. So she had a guy that wants to protect her from the crazy ass Professor Anthony Cane. Kung sana lang ay kaya nitong protektahan ang kanyang katawan sa pagre-react sa presensya ng lalaking iyon, baka magpasalamat pa siya.

"Mabuti ka'ng kaibigan," ganting bulong niya rito. "Pero sa tingin ko hindi na 'yon kailangan. Hindi siya interestedo sa akin. At wala siyang magiging interes sa itsura kong ito, Kaizer."

"You're underestimating your charm, Britanni." Nakangiti nitong sabi na nagpailing-iling pa. "Well, if you say so. I'll still watch your back though."

"Okay. Sabi mo eh."

The rest of the lecture had gone boring for her. Nagpatuloy sa pagbibilang si Kaizer na hindi niya malaman kung ikaiinis ba niya o ikamamangha. Because apparently, umabot ang bilang nito sa labing tatlo bago sa wakas ay tumunog ang bell. Naunang lumabas ang propesor na tila nagmamadali. Nagtaka siya roon. Hindi niya tuloy alam kung iniiwasan ba siya nito o sadyang nagmamadali talaga ang lalaki.

Nagdesisyon siyang sa labas ng unibersidad kumain bago magsimula ang seminar ni Professor Carillo sa Sexuality and Clinical practice. Wala nang tao sa dinaraanan niyang pasilyo, marahil ay nagpuntahan lahat sa cafeteria.

Walang kaanu-ano'ng may biglang tumakip sa kanyang bibig at hinila siya sa isang likuan. Umigkas na ang kanyang kamao at handa na sanang sapakin ang kumanti sa kanya nang mapagkilanlan niya ang nagma-may ari ng asul na mga matang nakatingin sa kanya.

"Ssh. I'll take you to the office."

Pinigilan niya ang sariling saktan ito dahil sa panggugulat sa kanya, only because she knows he gets off on pain. Sinundan niya ang binata sa opisina nito, nagpapasalamat na mukhang walang nakakita sa kanilang magkasama. Pagpasok nila sa silid at makaraang maikandado ni Anthony ang pintuan ay agad niyang tinanggal ang salamin sa kanyang mata.

He found Anthony looking at her with a bright smile, dressed in plain white crisp polo tucked in a black slacks and with the sleeves folded in half. He looked so hot na halos nanuyo ang kanyang lalamunan.

"I'm sorry I accosted you at the hallway. Hindi ko lang kasi alam kung paano kita maso-solo nang hindi nahahalata ng iba. I don't know your phone number neither your e-mail. Hindi kita ma-kontak."

Napangiti siya. "Let me have a notepad, I'll scribble it down."

He disappeared into the cubicle and returned with a notepad and pen in his right hand and a bunch of paperbags in his left ones. "I figured you'd want to have lunch first before attending your seminar with Professor Carillo. Okay na ba ito?"

Oh God, adorable. Paano niya mapipigilan ang sariling hindi bumuo ng koneksyon kay Anthony? Sinasabi na nga ba niya. She's so pathetically weak with casual flirting and sex. She needed attachment before she could fuck someone's brains out.

"Okay lang." She said instead, not wanting to spoil the moment. "Nagugutom na rin naman ako."

Naupo sila sa sofa na katapat ang isang coffee table kung saan inilapag ni Anthony ang mga paperbag na dala-dala. Inabala nito ang sarili sa paghahanda ng mga laman niyon habang siya'y isinusulat ang contact details niya sa notepad. A moment later they were eating the burger and fries he bought.

She wanted to feed him. But she thought about it. Maybe next time. Baka hindi pa komportable si Anthony sa ganoong paraan ng intimacy. And anyway, kailangan din naman nilang pag-usapan ang tungkol sa ground rules.

Babaling sana siya rito nang madatnan ang lalaking nakatitig na sa kanya. He had that look in his face. Longing. That was definitely longing she saw. She didn't know what or how but something about that pulled her to him a little bit more. Wala sa sariling naiangat niya ang kamay, reached out to touch his scar again.

Damaged. He was damaged. At naiintindihan na niya ngayon na iyon ang naging atraksyon niya sa binata. It was because she wanted to fix him. Hindi niya alam kung saan nanggagaling ang udyok na iyon. But as she traced the scar with her fingers ever so gently, nakaramdam siya ng higpit sa kanyang puso, na parang may kung ano'ng sumasakal doon. The urge to make him feel taken care of, loved, happy and satisfied kicked in.

Walang sabi-sabing tumayo siya mula sa upuan at paharap na kumandong sa lalaki. Anthony didn't need any encouraging or telling.

She felt his hard bulge rubbing against her thigh. If that was any indication then he was a monster.

She pressed a quick kiss to his parted lips. Hinabol nito ang kanyang labi nang lumayo siya but to no avail. She then proceeded to unbutton his polo, slowly exposing his chiseled tanned chest. She dropped a kiss to his hard pectoral, darted her tongue out to taste his skin. She heard him groaned. Napangisi siya.

"Britanni..."

Ang tunog ng pangalan niya sa labi nito ay tila ba pumulupot sa kanyang puso, sinasakal iyon. Right then and there, alam na niyang delikado para sa puso niya si Anthony. Kung ganoon ang impact nito sa kanya, hindi siya sigurado kung masu-survive niya ang pagtatanggal niya ng sekswal na atraksyon niya kay Anthony.

"We're eating, baby, please not here." Ungol nito na napapikit nang igala niya ang kanyang mga kamay sa hubad nitong likuran.

"I'd rather eat you instead," she teased him, raining an open mouthed kiss on the side of his neck. Iniakyat niya ang mga labi sa tainga ng lalaki upang bumulong na lalong nagpaigting ng katigasan nito sa gitna ng mga hita. "Reach up into my skirt, remove my panties."

Suminghap ang binata ngunit naramdaman niya ang mainit nitong palad sa kanyang hita. Touching, feeling, finding. Nahawakan nito ang dulo ng garter ng kanyang underwear. She was expecting he'd push it down but to her surprise—and amusement—he tore it from her hips. Naramdaman niya ang kagat ng paghila nito sa kanyang balat. Napakagat siya sa labi niya. God, that was so hot.

"Unzip your fly," muli ay utos niya, patuloy na dinadampian ng halik ang leeg nito pababa, dinidilaan, kinakagat-kagat. "Tease me, Anthony. Show me what you got."

On a guttural growl, he tug her face up and kissed her, smashed his lips with her red tender pair. He sucked her lips with passionate force, swirling his tongue with hers, sucking the sweetness of her mouth as if he wanted to make it his own. He gyrated his hips against her naked opening, felt his hot throbbing flesh that made her gasp. He deepened the kiss, rubbed his shaft against her swollen bud.

Oh God, that felt so good!

She threw her head back in pleasure and cried out. Sa puntong iyon ay marahas na itinaas ni Anthony ang kanyang blouse. With an unsteady hands, he unhooked his bra, removed it and sucked hungrily on her pink gorgeous nipple. She moaned, her nails digging into his shoulders with intensity. He groaned against her breast and she felt the vibration coursed through her whole being.

"Condom," she hissed. "Now, Anthony. Now!"

Napasabunot siya sa buhok ng binata while he felt his pocket for the condom. It was so lucky he had one dahil kung hindi'y baka nakapatay si Britanni ngayong araw sa sexual frustration.

He continued to lick her engorged bud, sucking it, biting it until he drove her crazy with need. She was slick with desire, wanting. Waiting. Saglit na humiwalay si Anthony—and she felt the emptiness at that brief moment of parting—kinagat nito ang pakete ng na-retrieve na condom upang mabuksan. Then with a trembling hand, he applied his condom to his throbbing, thick erection.

Pagkatapos ay ginamit nito ang kamay upang maigiya ang kahabaan nito sa kanyang bukana. His strokes were slow, wetting himself with her juices. She felt impatient, frustrated at the rate he was going and she slid deeper until it felt like he was so inside her. Completely. Utterly. Possessing her as she possessed him in return.

"God," he groaned, burying his face into her neck. "You're so warm. God, so warm..."

And you're beautiful it hurts to look at you.

Because heavens, he was beautiful. His tongue tracing fires around her skin, his eyes closing everytime she gyrates and his eyes—my God those beautiful wonderful eyes!—they scream surrender. A vulnerability she hadn't recognized he has. He'd look up at her, waiting for her orders, watching her with a smug expression. As if he was so proud of himself for giving her this kind of pleasure.

Oh, Anthony...

"Get up," she breathed, naghahabol ng hininga at pinipigilan ang kanyang sarili na umungol at sumigaw ng malakas sa sarap. "Lift me against the wall then fuck me hard."

Walang pagdadalawang isip na sumunod ang lalaki. Habang nasa loob niya'y tumayo ito, he was so strong he managed to carry her as if she weighs nothing. Ipinulupot niya ang mga hita sa bewang ng binata as she felt the cold wall against her back. And needing no further instructions, he rammed his shaft into her hard. Fast. Deep. She had to bit her tongue to keep herself from screaming.

"Oh shit, you feel so good! Good God, Britanni!"

May parte sa kanyang natakot at naalarma na baka may makahuli't makaalam sa kanilang ginagawa. Sa kadahilanang iyon ay ipinulupot niya ang mga kamay sa likuran ng ulo ni Anthony. She felt the roughness of his shaved head, his military shave hairstyle exciting her more. Pagkatapos ay hinapit niya ito at pinagtagpo ang kanilang mga labi, giving him an open mouthed kiss that made him groan from pleasure.

He rammed into her faster, building up her pleasure, groaning into her mouth all at the same time. She tightened her legs around his hips, trapping him there. Then she gasped into his mouth, bit his tongue, tasted a bit of blood as she reached her peak and climbed into her pleasure.

But he didn't stopped. In fact, it was as if it encouraged him more. As if something inside him snapped. He rained open mouthed kisses on her neck, along her collarbone and to her breast all the while groaning and grunting like a wild animal starved for food. There was a reverence in his actions, his kisses, his thrusts and yet it had a mixture of savage intentions.

Mga ilang sandali pa'y suminghap ito, humigpit ang pagkakapulupot sa kanyang bewang na tila ba nais sila nitong pag-isahin.

"Please... I need... Can I come now, please?"

Nagitla siya sa narinig. Nagulat siyang kinailangan siyang tanungin nito at ipaubaya sa kanya ang lahat ng kontrol. She hadn't asked him to be a perfect submissive. No, not yet. Only that he resembles what she need to work this attraction out of her system. He was going out of his way to please her, to prove something to her that she doesn't understand.

"Go ahead. Let go."

"Hurt me..." he countered, his tone laced with pleading. "Hurt me please."

Bumaba ang kanang kamay niya sa likuran ni Anthony. She dug her nails into the tender flesh and slid them up as she bit his thick pectoral on his left shoulder that made him shudder. Her own pleasure building, he pounded his hips up at her. Wild. Intense. Crazy.

Halos hindi siya makahinga sa sensasyong nararamdaman. She was on the edge of exploding. Ramdam din niya ang panginginig ng katawan ni Anthony. He was grabbing onto her as if she was his life saver.

Then he emitted a feral animal growl inside her mouth, pressed his lips deeply into hers as if he couldn't get enough. She came then, her own orgasm pushing his with a riveting ferocity that shook her to the core.

Para siyang hinubaran. Binalatan. Hinimay ng paisa-isa.

Vulnerable. That's how she felt at that moment.

"Britanni..." usal ng naghahabol na hiningang binata bago ibinaon ang mukha sa leeg niya.

Nanginginig pa rin ang katawan nito, nananatiling mahigpit ang pagkakayakap sa kanya na para bang takot na takot itong pakawalan siya. She wondered briefly if he felt what she did. Kung ang koneksyon bang naramdaman niya sa kanilang pinagsaluhan ay naramdaman ni Anthony.

He had to. Imposibleng hindi.

Dinampian niya ng halik ang pisngi ni Anthony kung saan naroon ang peklat. A shudder racked his body. They stayed like that for a while, holding each other, never knowing where one ended and began. Anthony dropping soothing kisses to the skin on her neck while she caressed his bruised back and his head with her hands and fingers.

Then he stirred, lifted his head and kissed her cheek. "I'd like to stay like this longer, Britanni... pero may seminar ka. Kailangan mong magmadali."

Naiintindihan niya ang malasakit nito sa kanya. After all, tama naman ito. Ngunit doon pa lamang ay naalarma na siya. May mali.

Hinugot ni Anthony ang sarili mula sa kanya at ibinaba siya sa sahig. Hinayaan siya nitong magbihis ng tahimik. And all the entire time, ramdam niya ang barrier na itinatayo ni Anthony sa kanilang pagitan. Ang pagkawala ng koneksyon na kanilang nabuo na para bang isa iyong tali na humihiwalay sa kanyang kamay.

He's withdrawing. And she couldn't understand why.

By the time na malinisan niya ang sarili't maibalik ang dating disguise, pakiramdam niya'y nasa Alaska na siya sa sobrang lamig ng paligid niya. Walang imik silang sabay na naglakad patungo sa La Stanza Hall kung saan gaganapin ang seminar ni Professor Carillo. At bago sila tuluyang maghiwalay ng landas ay bumulong ito sa kanya.

"Ihahatid kita mamaya. Meet me at the parking lot."

Tahimik siyang tumango, wala nang lakas pa upang makipagtalo.

He drained her. Mind, heart, body, and soul.

"SALAMAT... sa lahat. Mag-ingat ka sa Sicily."

Iyon lamang at agad na siyang pumasok ng kanyang bahay. Habang nasa byahe'y walang sinabi si Anthony patungkol sa nangyari sa kanila kanina sa opisina. Apparently, office sex makes him turn into ice man.

At lalo pa siyang nagngitngit sa inis nang sabihin nitong may isang linggong trip to Sicily ang loko. His get-out excuse, she assumed.

Ikinandado niya ang pintuan mula sa loob. Sumilip siya sa bintana at natagpuang nakaalis na ang itim na Avanza ni Anthony. Mabilis pa sa alas kwatro.

She knew it. She just fucking knew it! She can't do sex without the emotional attachment. At ngayong nangyari na, she'd have to deal with the consequence. Hindi niya alam kung paano at lalong hindi niya alam kung hanggang kailan siya mananatili sa ganitong estado. Damn. Screw that asshole.

Wait a minute. Oh yeah, she just did.

"Ano'ng ginawa mo ro'n?"

Napatalon siya nang marinig ang baritonong tinig sa kanyang likuran. Lumingon siya't natagpuan ang kapatid niyang si Helion na naka-dekwatro sa kanyang sofa at may hawak-hawak na baso ng alak.

Kumunot ang kanyang noo. "Ano'ng ibig mong sabihin? At ano'ng ginagawa mo rito? You're supposed to run the damn bar at this hour."

"Walang tao sa ganitong oras, Britanni. Sagutin mo na lang ang tanong ko. Ano'ng ginawa mo kay Anthony at gano'n ang itsura no'n nang umalis?"

"Apparently, boinking him in the office makes him arctic."

Nanlaki ang mga mata nito bago mayamaya'y humagalpak sa tawa. "Holy shit, did you just say *boink*?"

"Shut up," she muttered, dropping her bag and her key on the sofa saka naupo roon at nagsalin ng sarili niyang alak sa isa pang baso. "I had sex with him, it was good by the way. Then he turned cold, like I pulled some classic trigger that frost his system inside out."

"He's reeling, Britanni."

Inis niyang ibinagsak ang baso sa mesa. "Well I'm fucking reeling too and I'm not turning into a goddamn Arctic ocean just yet!"

Tinignan siya ng matagal ng kapatid, nawala ang ngiti sa mukha at inilapag na ang basong hawak sa lamesa. "Sana nag-usap muna kayo bago kayo nag-sex. Siguro mas nakagaan sa sitwasyon 'yon kaysa idiniretso ninyo sa gano'n."

"Iyon lang naman ang gusto niya, eh. Ayaw niyang mag-open up, ayaw niyang mag-usap. Ang gusto lang niya, sex. Iyon lang 'yon. At ngayong nakuha na niya ang gusto niya sa akin, lilipad na siya patungo Sicily para gamitin ang get-out excuse niya ng isang linggo. Dumb asshole." Himutok niya na may kasama pa ring panggigigil.

"What? Hindi gagawin ni Anthony ang ganyang bagay, Britanni. Kilala ko ang kaibigan ko. He's got a load of baggage you wouldn't be able to fathom. Kaya't bakit siya gagawa ng ganyan? I see the potential, Brit, dammit! Why are you refusing to acknowledge that?"

"It's over, Helion. Wala nang point pang pag-usapan ito."

"You'll regret it, trust me. Something like the thing you two have is once in a lifetime. Hindi ka makakahanap ulit ng ganyang klaseng koneksyon. You should have never let it go."

Nag-iwas siya ng tingin at sa loob-loob ay sinapak ng husto si Anthony. It's not as if siya ang may kasalanan ng lahat. She was ready and willing to give them a go. Ang problema'y si Anthony. Hinding-hindi niya kayang makipag-relasyon sa isang lalaking nagiging yelo at nagtatayo ng pagkalaking pader sa pagitan nila sa tuwing may mangyayaring ganito.

It was impossible for her. At baka nga tumanda na siyang dalaga kapag ipinagpatuloy niya ang ganitong standard sa relasyon.

KABANATA V

SABADO. Ikalimang araw ng pagkawala ni Anthony. Ikalimang araw ng walang koneksyon. At ikalimang araw ng kasulukuyang estado niya ngayon. Inis na idiniin pang lalo ni Britanni ang mukha sa unan. Nagugutom siya pero tinatamad siyang tumayo at maghanda ng ipapalaman niya sa kanyang sikmura.

Diyos ko. Ano na ba itong kinahinatnan niya?

"Britanni!" sunod-sunod na kalabog sa pintuan ang bumasag ng katahimikan sa apartment. "Nasa'n ka bang bruha ka? Hoy, weekends na, gaga! Bumangon ka na r'yan!"

Yamot na kinapa-kapa niya sa kama ang isa pang unan at saka itinakip iyon sa kanyang tainga. Deanne. God knows that cousin of hers is infuriatingly active on weekends.

Mayamaya pa'y may naramdaman na siyang humihila sa unang tumatakip sa kanya. She groaned in annoyance. Ano bang problema ng buong mundo sa kanya? Daig pa niya ang isinumpa ng langit sa mga inaabot niyang kamalasan.

"Get up, woman! Seesh you look like hell!"

Bumalikwas siya ng bangon at tinitigan ng matalim ang pinsan. "Thank you, that makes me feel good!"

Umirap lamang ito at walang kahihiyang dumeretso sa damitan niya. "Oh come on! You know very well kung gaano ka kapanget tignan ngayon. Sumobra naman yata ang pag-aadapt mo, Legee. Ang sabi sa patakaran, 'yong tama lang. Hindi mo naman kailangang maging kamukha ni Bakekang. That's going too far."

"Ugh, Deanne, manahimik ka na pwede? Alam ko na 'yon, okay? Now pwede bang iwanan mo na ako? Gusto kong mapag-isa!"

Gulat at may pagkamanghang hinarap siya nito, hawak sa isang kamay ang isa sa mga floral dress niya. "Is this about that professor?"

At the mention of Anthony, bumagsak siyang muli sa higaan at nagtalukbong ng kumot. Ayaw niyang isipin ang tungkol sa mokong na lalaking iyon. Ayaw niyang banggitin ang pangalan nito at lalong ayaw niyang pag-usapan ang nangyari. She's enough of a fuck up. Hindi na niya kailangan ng isa pa para idagdag sa listahan.

Narinig niyang bumuntong hininga ang pinsan, naupo sa tabi niya at pilit na tinatanggal ang takip na kumot. "Why do you always pine for the unattainable, Britanni?"

Oo nga. Magandang tanong. Bakit nga ba?

"Kung ginawa niya talaga 'yon sa 'yo then he doesn't deserve you. I'm sure there are lots and lots of men who wants to be yours. Marami naman d'yan sa tabi-tabi. There's so many fishes in water, tara't mangingisda tayo kung gusto mo. Tigilan mo na 'yang pagmumukmok mo."

Kumunot ang noo niya. Sinabi lang din ni Deanne ang parehong bagay na sinasabi niya sa kanyang sarili. Pero kung bakit ba naman kasi ayaw mag-sink in niyon sa utak niya? At bakit kasi siya nagmumukmok samantalang baka nagsasaya na ang gagong iyon sa Sicily? Utang na loob, it's not as if they've been committed for many years. He was a complete stranger for goodness' sake!

Ano bang klaseng kabaliwan ito?

At para isipin na hindi sila nagkakaintindihan ni Anthony sa mga bagay-bagay. At kung kailan naman sila nasa iisang isip ay saka naman biglang umurong ang tarantado.

Dumb asshole.

Napabuntong hininga siya. Ilang beses na niyang minura sa isipan si Anthony pero kahit ni minsan ay hindi naman gumaan ang kanyang pakiramdam. Lalo nga lang bumibigat kung tutuusin.

"Hindi ko alam kung ano'ng gagawin." Matamlay niyang sabi, laglag ang balikat na tila sumusuko na.

May pakikisimpatyang niyakap siya ni Deanne. "Matatapos din 'yan, Brit. It's just a phase."

Just a phase. Iyon nga rin ang hinihiling niya.

"Ang mabuti pa samahan mo na lang ako sa mall," may ngiting pagyayaya nito na tila nabuhayan ng loob. "Let's just go shopping."

Napairap siya't napailing. "Sinasabi ko na nga ba't nagpunta ka lang dito dahil d'yan."

"Naku naman, nag-iinarte ka pa," pagkatapos ay bigla nitong kinuha ang kanyang braso at hinatak siya paalis sa kama. "Halika na. Maligo ka na't magbihis, daliii!"

Wala na siyang nagawa pa kung hindi ang sundin ang pinsan. Alam naman kasi niyang hindi siya tatantanan nito kung hindi siya kikilos.

Nagpalit lamang siya ng isang simpleng puting t-shirt at kupas na maong matapos maligo. Isinuot din niya ang makapal na salaming ipinahiram sa kanya ni Deanne nang magsimula ang klase sa Saint Andrews. Lumabas siya sa sala pagkatapos. At halos malaglag ang panga ng kanyang pinsan nang gawaran siya ng masuring tingin.

"Holy shit, what the hell have you done to yourself?"

Kumunot ang noo niya sa pagtataka. "Bakit? Ano'ng problema sa akin? Naligo naman ako, ah. Maayos naman ang damit ko."

"Maayos pa 'yan ng lagay na 'yan? Ganyan ka ba mag-damit kapag pumapasok sa university?"

Tumango siya, lito pa rin ang ekspresyon dahil sa naging reaksyon ni Deanne. "Disguise. Naaalala mo?"

"Yeah. I remember. Nagdi-disguise din ako pero, Britanni, hindi ganyan ka-panget. Utang na loob, ang panget mo!"

Sumimangot siya't binato ang kaharap ng bagay na nadampot niya sa malapit—which was a pillow and not a vase, thank goodness. "Grabe ka makapang-lait sa akin, ah. Mas grabe ka pa nga mag-disguise noon kaysa sa akin ngayon. Hello, sinong hindi makakalimot sa trip mong paglalagay ng egg yolk sa mukha para mag-mukhang dry 'yang balat mo? 'Tapos ako, nagsuot lang ng salamin at kupas na pantalon panget na?"

"Gaga ka, hindi ka kaya nagsuklay!"

"Big deal, maganda pa rin naman ang buhok ko!"

Umiling-iling si Deanne ngunit hindi niya masyadong maaninag ang ekspresyon nito dahil sa salamin. "Let's get your disguise fixed. Hindi mo kailangang maging panget para itago ang charm mo bilang Xyrin. Goodness. You're such an over achiever na pati ang pagda-downgrade ng mukha mo ay kinakarir mo talaga."

Hindi na siya sumagot at hinayaan na lamang siyang hilahin ng pinsan. Kahit naman kasi ano'ng isagot niya'y hindi siya mananalo. After all, totoo naman ang sinabi ng pinsan niya. Kinarir naman niya talaga ang pagpapa-panget sa sarili niya.

Gamit ang berdeng Cruiser ni Deanne ay nagtungo sila sa SM. Agad siyang hinila nito sa isang optical store at sa gulat niya'y ipinili siya nito ng contact lens na kapareho lang naman ng kulay ng kanya.

Lito ang ekspresyong bumaling siya sa kasama. "Ang lakas din ng tama mo, eh 'no?"

"Alam ko kung anong ginagawa ko, Brit, trust me. Ikaw ang walang alam sa fashion d'yan at sa modern technology kaya manahimik ka."

"Hey!" pinalo niya ng pabiro ito sa braso. "Hindi naman gano'n kalayo sa kabihasnan ang Davao."

"Yeah, pero obviously napag-iwanan ka ng panahon, Britanni. No please—" baling nito sa babaeng nagtitinda nang akmang ibabalot nito ang contact lens. "Isusuot na niya 'yan. Please don't bother."

"Ah sige po," sabay abot nito ng maliit na bote kay Deanne na iniabot naman sa kanya ng huli.

Taka siyang tumingin sa hawak. Hindi niya malaman kung para saan iyon o kung ano'ng gagawin niya roon kaya't bumaling siya sa kasama. "Ano'ng gagawin ko dito?"

"Hala de natural, isusuot mo." pumapalatak na hinila siya ni Deanne sa isang tabi at pinaupo sa upuan na naroon. "You only have to cover your eyes to ward off the charm for humans, idiot. Hindi mo naman kailangang magmukhang panget. Here, tutulungan na kita."

Kinuha sa kanya ng pinsan ang bote, binuksan at saka tinanggal ang salamin niya sa mata. Ibinuka nito ang kaliwa niyang talukap at walang paalam na idinikit ang contact lens sa iris niya. She yelp in surprise, a burn like acid making her tears build up.

"Dahan-dahan naman!" singhal niya sa pinsan na sa dismaya niya'y ngumisi lamang.

"No pain, no gain, lady. Now let me have it nang matapos na ito."

Muli ay ginawa nito ang parehong procedure sa kanan niyang mata. Sa huli, kumurap na lamang siya ng kumurap upang ma-adjust ang contacts at mapigilan ang kanyang mga mata sa pagluluha. Tumingala siya kay Deanne. Nang makita siya nito'y biglang ngumiti ng malapad ang dalaga. "Ayan mas ayos na. Halika, magpa-salon tayo."

She grunted in dismay. Lagot na. Hindi na siya titigilan talaga ng bruhang ito.

Hinila siya ni Deanne patungo sa isang salon at kung anu-ano'ng pinagawa sa kanya. Nariyan nang punuin ng mga babaeng parlorista ng pipino ang kanyang buong mukha, pahiran iyon ng putik at kulay berdeng mixture ng samu't-saring gulay na halos masuka-suka siya sa amoy.

Goodness! Daig niya pa ang panget na pinagaganda ah!

"Deanne, will you stop this shit?" reklamo niya nang muli na naman siyang hinihila nito papasok sa isang clothing store. "Hindi ako panget na kailangan ng total make over, okay? I'm totally fine with this! It's who I am!"

"Yeah, keep feeding yourself that bullshit, Brit."

"Totoo naman ang sinasabi ko!" inis niyang sigaw. Halata kasing hindi siya pinakikinggan nito ng mabuti.

Pabuntong hiningang huminto sa ginagawang pagpili ng mga damit ang kasama at seryoso siyang hinarap. "This is not about you having a total make over. Alam kong maganda ka. Hindi ako bulag, nakikita ko 'yon. We're all amazed by your beauty, Britanni, hindi questionable 'yon. But really, think about this. Gaano na ba katagal simula nang pinagtuunan mo ng pansin 'yang hitsura mo? Gaano na katagal simula nang tignan mo ang sarili mo sa salamin and feel comfortable about yourself?"

Nakagat niya ang labi. Hindi nakasagot. Alam niyang darating ang araw na ito. Masyado siyang binalot sa pagka-ignorante at alam niyang tapos na ang mga panahong iyon. One is finally starting to speak up about her past and how it affected her present.

Ayaw man niyang aminin, pero kinakabahan siyang pag-usapan iyon.

"I take that as a negative." Muling wika ng dalaga nang mayamaya pa'y hindi siya makasagot. "Britanni, look. Para rin naman sa 'yo ito. You have to move on. Kalimutan na lahat ng nangyari and forget that motherfucker too. Sa tingin ko nga, kaya hindi ka makausad d'yan sa Anthony Cane na 'yan dahil may problema ka pa rin sa nakalipas. Come on. You have to move forward. What you're doing now isn't gonna take you anywhere."

May punto si Deanne. Masakit mang tanggapin pero tama ang pinsan niya. Hindi man siguro niya namamalayan, naaapektuhan ng nakaraan niya ang kasalukuyan. All these years of celibacy and trying to live on her own. Sa huli, lahat ng iyon ay may kinalaman sa nangyari sa kanya.

At siguro it's really high time na tigilan niya ang ginagawa niyang ito sa kanyang sarili. Stop falling for the same trap over and over again. Stop reaching for the unreachable. Pining for the unattainable.

"Okay," huminga siya ng malalim. "Okay, I'm game. Let's hit this thing."

Isang matagumpay na ngisi ang sumilay sa mukha ng kanyang pinsan. "That's my girl."

Nagpatuloy sila ni Deanne sa pamimili ng mga damit at sapatos. Only the difference now is that she's eagerly taking part with the picking and the choosing. Hindi niya ugali ang makahiligan ang shopping. After all, kahit pagbali-baliktarin ang mundo, sa probinsya pa rin siya lumaki at hindi naman nauso roon ang ganitong ka-expensive na hobby.

"Britanni." Mayamaya'y untag ni Deanne nang saglit silang magpahinga sa isang restaurant upang kumain. "I heard things about the man."

Noong una'y nalito pa siya't hindi malaman kung sinong tinutukoy nito. Ngunit mga ilang sandali pa'y napagtanto niyang pinatutungukulan ni Deanne si Anthony. Natigilan siya ng bahagya sa pag-alala.

"Oh?"

Her cousin eyed her, as if getting a feel on her mood. Hindi niya alam kung paano magre-react kung kaya't sumipsip na lamang siya sa inorder niyang orange juice matapos mag-iwas ng tingin.

"Did you know how much his networth is? Thirty five million."

Kumunot ang kanyang noo sa pagtataka. Hookay. Hindi niya inaasahan iyon. "Para lang sa pagtuturo? Wow. Kung ganyan kalaki ang kinikita ng mga psychology professor de magtuturo na lang ako kaysa mag-practice."

"Tingin ko hindi siya nagkaroon ng gano'n kalaking networth dahil lang sa pagtuturo," nakakunot-noong sabi ni Deanne bago bumaling sa waiter na nagdala ng menu. "Two roasted chicken meal."

"De paano? He has another gig other than teaching?"

"Business, I suppose. I think he's got the money rolling on the market. Though hindi ko naiintindihan kung saan nanggaling ang pera o kung bakit pa siya nagta-trabaho kung may pera nga siyang gano'n. If it were me I'd be living a champagne life right now."

Britanni rolled her eyes at that. "Yeah sure."

Humagikhik naman si Deanne bilang sagot. "Anyway, another thing I heard is that he was once engaged to that celebrity plastic surgeon. Forgot her name though. The engagement lasted for two years before she broke it off. Probably got tired of his kink."

Nang dumating sa puntong iyon ang pagkain nila'y tila siya nawalan ng gana. Engaged. Dammit. He was freaking engaged at ni hindi niya man lang alam ang bagay na iyon. Shows how much they know about each other. Strangers. Total complete strangers.

"Nasa'n na 'yong babae ngayon?"

Nagkibit ng balikat si Deanne habang nginunguya ang isinubong hiwa ng manok. "Ewan. It's just that I'm trying to tell you, that's probably his standard op for women. Love 'em and leave 'em since that's what his ex-fiancè did to him. Hindi ba iyon naman ang motto ninyong mga psychologists? The past reflects the present."

She made a mental note to check on that prick on Google later. Na-curious din kasi siya sa kung ano'ng itsura ng babaeng tinutukoy ni Deanne. She couldn't possibly be as beautiful and gorgeous as her.

After all... she has all the advantages of being a Xyrin.

LUNES. Maraming nanibago sa kanya noong pumasok siya nang araw na iyon. She kept her usual outfits during night time, sinuklay na rin ang kanyang buhok at pinanatili ang permanent contact lens na binili ni Deanne para sa kanya.

Even the pretty-boy-next-door Kaizer Kaede—whom she now have seen clearly—ay nakanganga sa kanya nang pasukan niya ang isa sa dalawang period na magka-klase silang dalawa.

"Holy shit, you have those long legs to die for!" agad nitong bulalas na sa gulat niya't ng ibang nakarinig ay nagpatawa sa kanya.

Wow. That was her first real laugh simula nang pumasok siya sa Saint Andrews.

"You're too blunt, dude." Biro niya rito nang nakangiti habang nauupo sa tabi nito na tila ikinatuwa naman ng binata. "But I'm glad you like the legs."

"Sorry," namumula ang mukhang sabi nito sa kanya. "Nabigla lang ako. You look very... different."

Not so that she noticed. Pero sabagay. Tama nga naman kasi si Deanne. Hindi naman kasi niya ugaling titigan ang kanyang sarili sa salamin. Paano nga naman niya malalaman ang kaibahan ng itsura niya?

Oh well. Siguro'y kailangan na niyang gawing prayoridad ang kanyang itsura at ang kanyang napakababang self esteem.

"Sorry. Nagpasya lang ako na magkaroon ng total make-over habang weekends. Nag-freak out ka ba?"

"Nah. N-Natutuwa nga ako. You look awesome."

She smiled sheepishly at the praise. "Salamat."

Professor Carillo was oddly not in his best moods that day when he entered their class. Agad silang natahimik nang mag-deliver ito ng discussions—albeit a bit objective—about heterosexuals who has different kinds of kinks. Hindi niya alam na kasama iyon sa course description nang kunin niya ang klase ng propesor niyang iyon but apparently, hindi siya nag-iisa. Kaizer too was looking confused as the professor goes on with his unashamed tirade on the subject matter.

Pagkatapos ng nakababaliw na klaseng iyon, hinayaan niya ang sariling sumama kay Kaizer at sabay na mag-lunch sa cafeteria ng unibersidad. Umorder sila ng dalawang hiwa ng pizza at ng olive oil spaghetti na nagpatirik ng mata ni Britanni sa sarap.

"Hmm. This is so fucking good."

To her amusement ay narinig niyang tumawa ang binata. "You cuss."

Umigkas ang kilay niya. "Hindi ba pwede?"

"No. I mean yes, you're allowed to cuss. It's just that... nakakagulat lang na sa kabila ng tahimik at nerdy exterior mo, may tinatago ka pa lang ganyan na ugali. Goodness. Mabuti na lang at nakausap kita one time sa klase ni Professor Cane."

Nakagat niya ang dila nang mabanggit ang pangalan ni Anthony. Napamura siya sa isip nang maalalang isang linggo lang ang trip ng tarantadong iyon sa Sicily at may posibilidad na nakabalik na ito ngayon sa Pinas.

Oh shit. Her next class is Sexual Orientation and Gender Identity—ang klase kung saan si Professor Cane ang kanyang guro.

Oh hell.

"Ano'ng problema? Bigla kang namutla." Naaalarmang puna ng kanyang kaharap nang marahil ay mapansin ang estado ng reaksyon niya.

"N-No. Okay lang ako. May naisip lang."

Tumingin bigla ang lalaki sa suot nitong wrist watch at saka biglang-bigla ay hinila siyang patayo. "Halika. May ipapakita ako sa 'yo."

Nakita niya ang daglit na pagdaan ng excitement at tuwa sa mukha nito na ipinagtaka niya. "T-Teka. Saan tayo pupunta?"

"Basta. Sa labas. May ipapakita ako sa 'yo."

Kahit nababahala'y nagpatianod na lamang siya rito. Halos pagtinginan sila ng mga taong nadadaanan nila sa mga pasilyo. On the way out of the Psychology Department building ay may nahagip ang kanyang paningin. She knew damn well that physique kahit likuran lamang ang kanyang nakikita. She's too damn familiar with his stance and that tense way his shoulders were held.

Anthony Cane.

Agad-agad ay napahinto siya sa lakad-takbong ginagawa na nakapagpatigil din kay Kaizer. Taka itong tumingin sa kanya. At marahil ay nang mapagtantong may tinitignan siyang iba, sinundan nito ang direksyon ng kanyang mga mata.

There it was. The professor with a petite brunette clinging on him as if the woman was afraid to let him go.

Nagngalit ang mga ngipin niya sa hindi ma-isplikang inis. Gustong-gusto niyang mag-martsa patungo sa mga ito at higitin sa buhok ang babae para lumayo kay Anthony. She wanted to tell her—nail into her tiny little head—the fact that he is hers.

At para siyang binubuhusan ng malamig na tubig habang sumasagi ang lahat ng iyon sa kanyang isipan. She had no business being here, pinapanood ang ganitong klaseng eksena sa pagitan ng propesor at ng kung sinumang brunette iyon. At lalong wala siyang karapatan na angkinin ang lalaki bilang kanya. They hardly know each other and they only fucked each other once.

Ano ba namang claim niya rito?

"Nagkabalikan na sila malamang," may pagkalito ang tinig na wika ni Kaizer sa kanyang tabi.

Pilit niyang inialis ang tingin sa eksenang nagaganap sa harapan niya at ibinaling iyon sa kasama. "Nagkabalikan?"

Tumango ito. "Dr. Eleanor Evangelista, 'yong celebrity plastic surgeon. Pamilyar ka ba sa kanya?" with the shook of her head ay pumalatak ito. "Her large extravagant portfolio consists of people in show business and politics. Saang lupalop ka ba nagsususuot at hindi mo alam ang mga ito?"

Pabirong hinampas niya ito na nagpatawa sa binata. "Shut up. Hindi ko naman kasalanan kung hindi ako interesado sa mga ganyang personalidad. Besides, I rarely watch TV."

"Oh yeah, I imagine you being holed up in your little study room with your nose deep into psychology books." A boyish grin marked Kaizer's sensual mouth. "Cute."

She made a face at him na muli lamang nitong tinawanan. Mayamaya pa'y sumeryoso siya, lahat ng sinabi ni Kaizer kanina'y nag-sink in. So *that* was the fianceè who got away. "Gaano katagal na silang hiwalay?"

"Apat na taon. She broke it off. Hindi ko nga lang alam kung bakit. Basta ang sabi-sabi sa university noong mga panahong 'yon, nakahanap daw ng iba 'yong babae. Napagod malamang kay Sir."

Kinagat niya ang dila para pigilan ang kanyang sarili na magbigay ng sarili niyang opinyon doon. Pagkatapos ay ipinokus niya ang atensyon kay Anthony at sa brunette. At napako siya sa kinatatayuan niya nang makitang nakatingin na ito noon sa kanya, nag-iisa, at tila nag-aapoy sa galit ang mga mata.

Hookay. What the hell did she do?

KABANATA VI

IT TURNS out that he wasn't just mad. He's pretty fucking enraged. At kahit pa hot itong tignan na galit, alam niyang masama ang magiging epekto niyon sa kanya. She wasn't in control with the whole class, he is. She hated that. Pero ano namang magagawa niya? Sa tunay na buhay, estudyante lang siya. Sa kabila ng pagiging kakatwa ng lahi't dugo niya, sa huli'y nasa ilalim pa rin siya ng mga may kapangyarihang wala siya.

It pisses her off, that situation. Genes lamang ang minana niya bilang Xyrin. Nang sandaling mahaluan ng ibang dugo ang isang Xyrin, mawawalan na ito ng kapangyarihan. Maca-cancel ang taglay nitong mga kakayahan na may paghahambing sa bampira't taong-lobo.

Kung hindi lang sana siya kalahating mortal...

Being a cast-out Xyrin ay ipinatapon sila sa probinsya ng Davao upang mamuhay ang mga kauri nila. Ang kauna-unahang kalahating Xyrin at kalahating mortal ay isa sa mga ninuno niya at ang nagma-may ari ng malawak na lupain ng Ariadne sa probinsyang iyon. Nagbunga ang populasyon nila hanggang sa maging komunidad at ipamana ang posisyon sa kanya.

Subalit ang pagiging Legee ng isang Xyrin Legion ay hindi madali. Lalong-lalo na kung hindi pa siya handa. Ang akala niya'y ang kapatid niya ang magmamana ng posisyon. Ang masaklap lang ay siya ang pinaupo roon. Kaya't heto siya, sinusubukang mamuhay ng normal kahit napakabigat ng responsibilidad na nakaatang sa kanya.

Napapitlag siya mula sa malalim na pag-iisip nang maramdaman niya ang pagsiko ni Kaizer sa kanyang tagiliran. "Looks as though he was mad with us snooping around."

Snooping around my ass, pairap na tuya niya sa isipan.

"Wala naman tayong ginagawang masama," ganting bulong niya sa katabi. "Isa pa, napadaan lang naman tayo roon. Hindi naman natin sinasadyang makita siya. Siya 'tong gumagawa ng eksena sa publiko, eh."

Tumango-tango lang ang binata, tumahimik na ng tuluyan nang balingan ito ng propesor ng nakamamatay na titig.

Mukhang hindi lang siya ang nag-iisang target ng brooding mood nito.

Padabog na kumuha ng marker si Professor Cane at saka tumalikod sa klase upang magsulat sa board. "Instead of discussing where we left off last week, I'd like us to talk about..." and in the clean white board, a black bold text said 'DOMINANTS'.

Tumiim ang bagang ni Britanni nang mapagtanto ang balak gawin ni Anthony. Hindi siya maaaring magkamali. Nagiging personal na ito.

Dama sa ere ang pinipigil na tensyon ng mga estudyante habang nakatitig sa nakasulat sa pisara. Nang humarap ang propesor ay si Britanni kaagad ang naging target ng matalim nitong titig sa likod ng mapanlinlang na salamin nito sa mata.

"Any thoughts about the subject matter?"

Naglingunan ang lahat ng mga nasa harapan niyang estudyante. Kita sa mga mukha nito ang pagtataka at gulat na sa kanya nakatuon ang atensyon ng propesor at hindi sa ibang tao.

Her lips thinned in annoyance. And in a polite manner she answered, "No, Sir, I have no idea."

Daglit na naningkit ang mga mata nito sa kanyang direksyon bago muling matabunan ng kalmado't propesyonal nitong maskara. "I am not asking you, Miss Knight. I am asking the entire class."

Napakuyom siya ng palad, tempted na mag-martsa patungo sa direksyon ng lalaki't sakalin ito sa harapan ng klase. *Damn you, Anthony Cane!*

"Thoughts, anyone?" wika nito sa buong klase na nakangisi sa pagkapahiya ni Britanni, pwera lamang kay Kaizer na naiiling-iling. "No? Then I'll discuss. Dominants... are the most worthless kind of sexual orientations there is."

Kung may hawak lamang siyang babasagin ay kanina pa sana dumugo ang kanyang mga palad sa mga basag na piraso niyon kung nagkataon. Sa sobrang higpit ng pagkuyom niya sa mga kamay ay maaari na siyang makabasag ng baso sa pagsisingit lamang niyon sa gitna ng kanyang palad. Galit na galit siya sa lalaking iyon na halos patayin na niya ito sa isipan.

"They take, but they refuse to give. Fake. That's what they are. They know how to manipulate your emotions, take their time to learn how they will be able to screw with your head then use those details to wreck you. There is no submissive in a D/s relationship. Only a master and a slave. A master manipulates. Destroy when they want to destroy. Discard when they want to discard. So you see, this..." sabay turo nito sa nakasulat sa pisara. "is a dangerous kind of sexual orientation."

Pagkatapos ay tumingin sa kanya, hinahamon siya na para bang may napanalunan itong kung ano. Pinag-igting niya lamang ang ngipin upang pigilan ang sariling mag-retaliate sa patutsada ni Anthony. Hell. What is it with professors delivering a tirade instead of lectures this day? Una'y si Professor Carillo, ngayon naman si Anthony.

Damn Anthony. Nanggagalaiti si Britanni sa sobrang galit at imposibleng hindi niya mailabas ito, one way or another. Natatakot lamang siya na baka wala sa oras ay may mapag-initan siyang inosente nang dahil sa panggigigil niya.

Natatakot tuloy siya sa kapakanan ni Kaizer.

"One example of that is the literary work of Sacher-Masoch, *Venus im Pelz*, where Severin—the sub—and Wanda—the domme—practices an unhealthy D/s relationship. Wanda gets all the privilege and Severin was only happy to serve her. He serves her, allows her to degrade him and even tie him to the fucking basement to be available to her for when she needed a fuck buddy. But in the end, when she met a man she likes, she left him without a backward glance, threw everything he did in his face and didn't even cared if Severin loves her or not.

"So you see, dominants are bullshit. Hindi nag-e-exist ang equality sa ganoong klaseng relasyon. Ang dominant ang kumukuha ng lahat ng pribilehiyo, leaving nothing for the submissive. That's funny, considering that dominants are responsible for taking care of their subs. Pretty annoying, right?"

Sumabog na ang tinitimpi niyang galit. It wasn't fair. Siya ang biktima at hindi si Anthony! Kaya't ano'ng karapatan nitong magsalita sa kanya ng ganyan na parang ito pa ang lumabas na api?

"Paano mo nalamang ang mga bagay na 'yon, professor?" sagot niya rito na dinig ang tahimik na tuya sa tonong kanyang ginamit. "Naranasan mo na bang maging submissive? You got that '*scorned sub out for revenge*' kind of vibe."

Dinig ang singhap sa buong klase. Maski si Kaizer ay napamaang sa sinabi niya. While Anthony on the other hand is already seething with fury. Ang mga mata nito'y nanglilisik at ang mga kamay sa magkabilaang dulo ng mesa ay nakakuyom. Naawa siyang bigla sa hawak nitong marker sa kaliwang kamay. Tingin niya'y nasa bingit ng pagkabali ang bagay na 'yon.

"Class dismissed," he barked, steel eyes remained focus on her. "Miss Knight, sa opisina ko. Now."

Her lips curled in disgust sa tonong ginamit nito. Para siyang batang pagagalitan ng headmaster niya sa eskwelahan dahil nahuli siyang may ginagawang bawal.

Nagtayuan ang lahat ng estudyante't nag-unahan sa pag-alis. Padabog na sumabay sa mga iyon si Anthony at sa hula niya'y dumeretso na sa opisina. Sinundan niya ng matalim na tingin ang likuran nito habang papalayo hanggang sa mawala na lamang ito sa kanyang paningin. Lalo siyang nagngitngit sa galit.

The nerve of the guy.

"Britanni." Untag sa kanya ni Kaizer na naiwan doon kasama niya. "H'wag ka na lang pumunta. Mag-drop out ka na lang sa klase niya. After all, may tatlo pang professors sa Department natin ang nagtuturo sa Sexual Orientation."

Nanlaki ang mata niya sa kahibangan ng suhestyong iyon. Hindi makapaniwalang hinarap niya ang binata. "Hindi ko siya aatrasan kung gusto niya ng gulo. Wala akong ginagawang masama at alam ng buong klase 'yon! Ngayon kung pipiliin niyang pag-initan ako, walang problema. Lalaban ako!"

Kaizer winced in reaction. "Mas okay kung papabayaan mo na lang siya. Madali namang pakiusapan si Professor Cane. Siguro naman kapag kumalma na siya, he'd be happy to give you a recommendation for the next semester. Konting pagbababa lang naman ng pride, Britanni, eh. Konti lang, baka nga maging ma-swerte ka pa't ibigay ka niya kay Professor Dalton."

Sumimangot siya't isinukbit na ang kanyang bag sa balikat. "I'll be damned if I'll let him get away with this."

Iyon lang at dali-dali na siyang lumabas ng silid upang magtungo sa opisina ni Anthony. Perhaps getting gobsmacked by that response and a show of her attitude ay hindi na nagbalak pang sumunod si Kaizer. Nauunawaan niyang walang masamang intensyon ang binata pero sadyang hindi niya lamang talaga kakayanin ang umatras sa ganitong klase ng laban.

Ipinahiya siya ni Anthony sa buong klase. At sigurado siyang magbabayad ang lokong iyon sa ginawa nito sa kanya.

Wala nang katok-katok na pinihit niya ang seradura ng pintuan ng opisina ng propesor at pumasok doon ng padabog. Pagpihit niya paharap ay agad niyang ibinato ang bag sa direksyon ni Anthony kung saan ito nagpapalakad-lakad na parang nakakulong na tigre. Her bag hits his belly that made him stop pacing.

"You jerk!" bulyaw niya kaagad sa kaharap. "Akala mo ba aatrasan kita? Issuing a challenge like that isn't gonna get you anywhere with me, asshole! And you dare—you fucking dare!—to act like you were the goddamn victim in all these! Damn you, Anthony! Damn you!"

Wow. It felt good simply unloading on him like that. Ilang araw na niyang kinimkim ang galit at inis niya kay Anthony. Dumating pa nga sa puntong inakala niya na hindi na siya magkakaroon ng pagkakataong mapaglabasan ito ng sama ng loob niya. And she's thanking him for the stunt he pulled earlier. At least, he was giving her a chance to yell all profanities and let out all her grievances his way.

"Bakit, Britanni? Hindi ba ako naman talaga ang biktima rito? You fucking turn my calls down, won't even answer my e-mails and texts! Ano'ng gusto mo'ng isipin ko?"

Ngunit sa kasamaang palad ay hindi niya narinig ang lahat ng iyon. Nilunod ng galit niya ang lahat ng ingay sa kanyang paligid, leaving only the throbbing rage drumming like a thunder in her ears.

"You turned arctic when I was done fucking the shit out of you! Then you sent me off without even a single glance back! Ang kapal din ng mukha mong umakto ng gano'n sa harapan ng mga estudyante mo kanina! Like you were some righteous bastard who got wronged by someone you adored! You fucking dared to compare our situation with Severin and Wanda when you know very well who left who! Reality check, asshole. Ikaw ang nang-iwan at hindi ako!"

Padabog na nag-martsa ito palapit sa kanya dala-dala ang nasalo nitong backpack at inihagis iyon sa sofa na malapit sa hinintuan nito. Napansin niya ang maliit na pagbabago sa ekspresyon ni Anthony. Bahagyang umalwan ang galit nito, may halo na ngayong gulat at pagkalito.

"But I... I told you it was a trip to Sicily I couldn't afford to postpone."

"Yeah, clearly you've taken out the most well-used get-out excuse from the book! Gasgas na sa 'kin 'yan, Anthony. Humanap ka ng ibang palusot!"

A wave of understanding flashed through Anthony's expression. Tila ito natauhan at ngayon lamang naintindihan ang mga sinasabi niya. It only served to irritate her all the more. Malinaw na wala sila sa iisang pahina at hindi nagkakasundo.

"But I wasn't trying to get out!"

Napamaang siya sa sinabi ng binata't wala sa sariling natawa ng mapait. "Bullshit! You shut me off after that sex, Anthony! Ano sa tingin mo ang iisipin ko? Na may kasunod pa 'yon? Na baka matauhan ka't maisip na gusto mo 'yong ginawa natin? Well, hindi ako gano'n ka-tanga! I know very well when a man doesn't want a woman!"

He lifted a sardonic brow at her. "Do you really?"

He said that as though he was teasing her. Mas lalong kumulo ang dugo ni Britanni. Sa galit ay naghanap siya ng maibabato, natagpuan ang paper holder sa cubicle ni Anthony saka iyon ang inihagis sa binata. Nanlaki ang mata nito bago buong bilis na umiwas sa ibinato niya. Lumanding iyon sa sahig, nagkalat ang mga basag na piraso.

Saka ito tumawa.

"You're feisty when you're mad. At hindi ka pa sadista ng lagay na 'yan."

"I feel like a sadist right now, Anthony!" she hissed in fury, taking a step forward in an attempt to attack him. "I feel like pinning you on all fours and smacking your lying ass with a fucking flogger!"

Ngumiti si Anthony, visibly adjusting his slacks na lalong nagpakulo ng dugo ni Britanni enough to make her explode. Napigilan lamang iyon nang nagbaba ng paningin ang binata, as if acting like the proper submissive.

"I'm all yours to hurt, *Mistress*."

At sa kabila ng inis at galit na nararamdaman niya, that thoughtful address made her system clench tight with longing. Parang biglang-bigla ay naramdaman niya ang sensasyon ng katawan ni Anthony na nakadikit sa kanya. His strong biceps enveloping her, his warm wet mouth exploring her body. Nag-play sa utak niya ang ginawa nila dito sa mismong opisinang ito.

It made her hot and bothered. At mas lalo niyang siyang nagagalit dahil kaya nitong gawin iyon sa kanya ng isang iglap lamang.

Oh no. I won't get fucking manipulated again! No! Never again!

Kuyom ang mga palad, nag-martsa siya patungo sa harapan ng binata at walang pasabing sinampal ito ng malakas. Nanlaki ang mga mata ni Anthony sa gulat, malinaw na hindi inaasahan ang naging tugon niya.

"Wala kang karapatang paglaruan ako, Cane. Fuck you!"

Binunggo niya ang balikat ng shock na binata at nilampasan upang kunin sa sofa ang bag niya. Dali-dali niyang nilakad ang distansya patungo sa pintuan, nagmamadaling umalis dahil pakiramdam niya'y maiiyak siya sa galit at pagkapahiya.

The same disgusting scenes flashed in her mind. Iyong mga masasakit na salitang ibinato sa kanya, iyong kahihiyang naramdaman niya dahil lamang sa kung sino siya at sa kung ano'ng gusto niyang maging, iyong sakit na dinanas niya dahil sa paniniwala at pagtitiwala niya sa isang lalaking nagpapanggap na ito ang tamang submissive para sa kanya.

No. No fucking way. Hindi na ulit.

Nabuksan na niya ang pintuan sa puntong iyon nang may magsarado niyon padabog mula sa kanyang likuran at mabilis na naramdaman niyang sunod ang mahigpit na yakap ni Anthony sa kanyang bewang. Naramdaman niya ang mainit nitong hininga sa kanyang batok, ang noo nito sa kanyang balikat habang itinutungo ang ulo upang ihilig iyon sa kanyang leeg.

"Britanni. Please h'wag kang umalis. Mag-usap tayo."

Wala na siyang alam na dapat pa nilang pag-usapan. But annoyingly, natunaw ang kanyang puso sa pakikiusap na kalakip ng tinig nito nang sabihin ang mga salitang iyon. Hindi niya alam kung kanino maiirita noong mga panahong iyon. Kay Anthony ba o sa sarili niya? Because, damn, hindi niya maitatanggi na naibsan ng kaunti ang kanyang galit nang hawakan siya nito ng ganoon.

"Wala na tayong dapat pag-usapan, Anthony. You slashed me open when you left," and it destroyed her to admit that but she did. She was proud of herself, at least. "You slashed my preference and my lifestyle when you said those things earlier. As if you were disgusted with dominants. Our association—or whatever the hell you call it—is over when you did those things, Anthony. H'wag na tayong maglokohan. Tapos na 'to. Bitawan mo na ako."

It was a small struggle, she admits. Pero nang pakawalan siya nito, saka lamang niya napagtantong kahit na katiting ay umaasa siyang magmamatigas pa rin si Anthony at ipaliliwanag nito ang sarili. But those hopes sunk low when he let go of her.

Napalunok siya, ready to hear the next verbal slashing.

Kagaya noon...

"Look at me then, Britanni," instead he spoke with a frightening silence. Nagtaasan ang balahibo ni Britanni sa katawan nang marinig iyon. "Look at me now and tell me straight to my eyes that you want this—this special thing we have—to be over."

Pumihit siya paharap, intending to do just that para lamang manahimik ang pesteng lalaki. Pero natigilan siya sa nadatnan. Napanganga at nailaglag niya ng hindi sadya ang bag na hawak dahil sa gulat.

If she had a heart problem, she'd probably drop dead on the floor right now.

Because he was there in all his magnificence, kneeling on the floor, in front of her. Unbuttoning his white polo shirt, unzipping his jeans all for her to see.

Muli ay napalunok siya. Hindi dahil sa anumang takot na bumabagabag sa kanyang sistema kung hindi dahil sa pangangailangang nadama niya sa gitna ng kanyang hita. Something deep inside her palpitated, beating in rythm like a drum.

"Anthony..."

"I'm scared." Walang kaanu-ano nitong pag-amin na nagpamaang sa kanya. That confession was so honest she couldn't even begin to figure out how the hell he can do that. "I was scared, Britanni. So fucking frightened that day when you gave me the fuck of my life. Kailangan mong malaman na hindi ako ganito—hindi ako kahit kailan naging ganito sa ibang babae. But with you it's... it's different."

Umiling-iling ito, lumunok, saka isinuklay ang nanginginig na kamay sa ulo. Her defenses crumbled watching him display a kind of frustration she herself felt deep within na hindi niya kaya at hindi niya alam na ipakita.

"From the first day I saw you, you crowded my mind, Britanni. It wasn't just curiosity. It was... it was something different. You obsessed me. Filled my mind with the thought of you, naked, beneath me, above me, panting and breathing hard from the exhaustion of my making love to you. It scared me because I've never felt like that with someone else. Hindi lang iyon simpleng atraksyon, Britanni. May iba pa. Iba pang bagay na hindi ko matukoy.

"Then you decided to go have sex with me here. And I was scared after. Because—God!—I felt stripped! I felt like I laid my whole soul to you, gave you my whole being without asking for anything in return! Do you know how fucking scary that thought was? Pakiramdam ko... pakiramdam ko, kilalang-kilala mo na ako. Na sa isang simpleng tingin, alam mo na kaagad ang iniisip ko. I wanted to gave you control but at the same time, I wanted to have the freedom to take that control back if in case I wanted to. Pero alam mo kung ano'ng ikinatakot ko ng higit noong mga oras na iyon?"

He stared apprehensively at her, waiting for her to answer. Umiling lamang siya bilang tugon, hindi magawang magsalita dahil sa bikig na nasa lalamunan niya.

His eyes softened. He smiled at her. "It is knowing, and realizing, that at one point in that single encounter, you managed to take my control and make me want to release it."

Pakiramdam niya'y nanghina ang mga tuhod niya. He was revealing something profound here. Something important to her and him. To them. At sa kabila ng pag-asang umuusbong sa puso niya'y nakaramdam siya ng takot. Sa puntong iyon ay naintindihan niya si Anthony. Pareho silang may takot sa kanilang puso. Ang ipinagkaiba lang, mas matapang sa kanya si Anthony upang makaya nitong aminin at ilahad ang saloobin nito sa kanya.

Maybe not everything. But at least, half of what she's not willing to let go.

And didn't that say something about her?

"Inaamin ko na hindi ko na-handle ang reaksyon ko ng maayos noong mga panahong iyon." He told her again in a gruff voice, as if the information was being torn from him forcedly. "Sinubukan kong idistansya ang sarili ko mula sa 'yo para lang masubukan at matignan kung kaya pa kitang layuan. I already knew the answer to that minutes later after we separated at the seminar. I was intending to tell you that, talk about it and what steps should we take. Pero natanggap ko 'yong tawag na hinihintay ko buong buwan mula sa Sicily. It was something I can't cancel. Ngayon... ngayon nagsisisi akong inuna ko 'yon. I should've talk to you first. It would save me a hell of a time and energy trying to figure out what the hell have I done for you to turn down my calls and my messages every damn time."

Natigilan siya. Her cell phone... Anak ng! Saan niya nga ba nailagay ang pesteng telepono niyang iyon? Eh magda-dalawang linggo na niyang hindi nahahawakan iyon, eh!

Ibinuka niya ang bibig para sana sabihin kay Anthony ang tungkol sa telepono niya, para lamang i-klaro ang tungkol sa mga messages at tawag na hindi naman niya natatanggap. Ngunit naagaw ang momentum niya nang muli ay magbaba ito ng paningin at ilapat sa nakatiklop nitong hita ang mga palad.

Oh hell.

"Hindi ako sanay sa ganitong klase ng lifestyle, Britanni. Hindi ako sanay na matanggal ang kontrol sa sarili kong buhay. I needed the control because all my goddamn life I've lost it again and again. But this time... this time I'm choosing this. I'm choosing you. And I'm choosing to give my control to you.

"Please, Britanni... Despite all the risks that I bring, all the complications I have, please... own me. Make me yours. Possess me. *Take me.*"

KABANATA VII

HINDI alam ni Britanni kung ano'ng kagagahan na naman ang pumasok sa kanyang utak at pinayagan niya si Anthony sa inaalok nitong relasyon. Of course, ang salitang *alok* ay mayroong napakaraming ibig sabihin. Saglit niyang inisip kung iyon nga ba talaga ang ginawa ni Anthony kanina: ang mag-alok.

Napakaraming dahilan kung bakit tinanggihan niya dapat ang lalaki. They were almost ten years apart in terms of age. Propesor niya ang magiging ka-relasyon niyang submissive. Masokista ang lalaki samantalang siya'y isang simpleng dominant lamang. Wasak ang pagkatao ni Anthony, wasak din ang pagkatao niya.

Hell. Saan kaya sila pupulutin nito?

But despite all that, she still said yes.

Crazy. Right? Talaga nga yatang nababaliw na siya.

Yet at that moment, being crazy was well worth it when she saw the light that brighten his bleak miserable eyes and the happiness that lit up his face. It was—what was the word? Ah.—*overwhelming* to be the reason of that happiness he felt. Nagliwanag si Anthony na parang isang christmas tree at kung tignan siya nito'y parang siya ang nagbigay ng buong mundo sa binata.

Worth it. It was all very worth it.

"Mukha kang pinagsakluban ng langit kanina, Britanni. Pagkatapos ngayon naman ngumingiti-ngiti ka na. I'm intrigued. What happened?"

Napasulyap siya kay Kaizer na nagtatakang nakatingin sa kanya, perhaps wondering kung ano'ng drugs ang nahithit niya't samu't-saring emosyon ang hindi maipinta sa kanyang mukha.

"Nangyari saan? Okay lang ako. Medyo... medyo nadi-distract lang ng konti."

"Yeah, napapansin ko nga. Itatanong ko nga sana kung anong nangyari sa inyo ni professor kanina sa opisina niya. I hope hindi mo siya sinigaw-sigawan. It would really land you into some serious deepshit, Britanni, if you did."

Napakagat siya sa kanyang labi. Well... she did screamed at him. Pero nagbati naman na sila, hindi ba? I think she made a progress, somehow.

"Uh." Napakamot siya sa likuran ng kanyang tainga, hindi sigurado kung paano ipaliliwanag ang kanyang sarili at ang nangyari kanina sa opisina ni Anthony ng hindi nagre-reveal ng unnecessary na mga impormasyon. "O-Okay naman 'yong naging pag-uusap kanina. O-Okay na kami."

"Ibig sabihin mananatili ka sa klase ni Professor Cane?"

Probably. Pero sana maayos nila iyon. "Yeah. Sa ngayon."

Kumunot ang noo ni Kaizer. "You're still intending to transfer into another class?"

Nag-aalangang tumango siya. "Plano ko pa lang, oo. Kailangan ko ring kausapin si Professor Cane tungkol do'n. Titignan ko kung ano'ng sasabihin niya."

"Yeah, that's a good call." Pag-sang ayon ng katabi.

Hindi nagtagal at nag-umpisa na rin ang seminar ni Professor Carillo. And oddly, maganda na ang mood nito. Nagtaka tuloy siya sa asta ng propesor niyang iyon. Weird.

Kataka-taka para sa maraming um-attend ng seminar ang kawalan ng presensya ni Professor Anthony Cane. Maski naman siya ay nagtaka rin sa absence ng binata. Well, he did not mention anything about going kaya siguro'y tama lang na wala siyang alam sa rason nito sa hindi pagpunta. Marahil ay may ginawa lamang itong importante.

Matapos ang seminar ay inalok siya ni Kaizer na sumabay pauwi. Ngunit dahil may balak siyang dumaan sa opisina ni Anthony ay tumanggi siya.

"Dederetso ako sa library, eh. May ire-research lang ako para sa first period ko bukas." Sabi niya bilang palusot na mukhang bumenta naman dito.

"Okay. Magkita na lang tayo sa Wednesday."

Piinilit niyang gawaran ito ng matamis na ngiti at saka kumaway bilang pamamaalam. Pinanood niya ang pag-alis nito at hinintay na mawala ang binata sa kanyang paningin bago tumalikod at lumiko sa unang pasilyong kanyang nakita. Mula roon ay naglakad na siya patungo sa kabilang building kung nasaan ang departamento nila't ang opisina ni Anthony.

She knocked on his door this time bago pumasok. She just hoped na wala itong kausap na estudyante. It would be awkward to explain to that student kung ano'ng ginagawa niya sa opisina ni Anthony gayong dismissal na ng dayshift classes.

And it looked like the heavens had smiled at her that time. Si Anthony lamang ang natagpuan niya roon.

He was lounging at the sofa reading a book in hand nang mag-angat ito ng paningin mula sa binabasa at tignan siya. A smile lit up his face bago nito inilapag ang libro sa coffee table at tumayo upang salubungin siya.

"Hi."

Wala sa sariling napangiti siya, waring nahawa sa ngiti ng kaharap. "Hi."

Walang imik na kinuha nito ang hawak-hawak niyang notebook at ballpen sa kaliwang kamay, pinasadahan siya ng maikling halik sa pisngi bago nito ipinasok sa bag niyang nakapatong sa mesa sa loob ng cubicle ang notebook.

"We better go home now, Britanni," wika nito mula sa cubicle na ikinakunot ng kanyang noo. "It'll be crazy driving during rush hour."

"Sabay tayong uuwi?" taka niyang tanong dahil wala naman itong sinabi sa kanya kanina.

To her amusement ay nakakunot din ang noo nito nang sumungaw mula sa cubicle upang tignan siya. "Well yeah, obviously. Kaya nga kita hinintay."

"Saan tayo pupunta?"

"Home." And he said that as if she should have known that obvious fact.

"Yeah but where the hell is home? Sa 'yo o sa akin?"

Lalo lamang kumunot ang noo nito sa hindi niya malamang kadahilanan. "Of course sa akin."

Nalaglag ang balikat ni Britanni at napabuntong hininga. That's where the problem lies. Anthony and her, they are still divided. At kitang-kita, malinaw na malinaw sa dibisyong iyon ang pagkakaiba nilang dalawa. She wanted something different, he wanted something different too.

Paano ba naman sila magwo-work out?

"I think we better establish ground rules, Anthony, before anything. And we better do that in *my* house and not yours."

Tuluyan nang lumabas ng cubicle si Anthony dala ang kanyang bag at saka siya litong hinarap. "May nasabi ba ako'ng mali? I just thought that my house is our first choice since I'm the male."

"Yeah but you're not supposed to do that without asking me first, Anthony. I hated not being in control. I hated being dragged into something or somewhere I don't know. You see, ito ang magiging problema natin, eh. You're not a submissive, Anthony. You're a dominant who wants to be a submissive. That's two very different things."

Nakita niya ang pagpitik ng kung ano sa panga ng binata. His palms clenching in a fist. At mariin itong napapikit bago nagbuga ng malalim na hininga. "Okay. I'm sorry. Please, Britanni... give me room to commit mistakes. Bago lang ako sa ganito, I told you that. And yes, I'm not a submissive. But don't you think it mattered that I *want* to be a submissive just to be with you? It's just that... I can't help what I am as much as you can't help what you are. Bigyan mo ako ng panahong matuto. I want this. Please?"

Wala siyang nagawang kahit na ano kung hindi ang tumango. After all what the hell can she do anyway? Bawiin ang pagpayag niya? Hindi naman siya ganoon ka-sama para gawin iyon. People commit mistakes. Siguro nga'y ang kailangan lang nila ni Anthony ay ang matuto.

"So now..." may ngiti nang panimula ni Anthony matapos makita ang kanyang pagtango. "May I have the permission to take you home and establish this ground rules you're telling me while we cuddle on the sofa watching *Grey's Anatomy*?"

Hindi niya napigilan. Bumunghalit siya ng tawa. Nakapagpangiti rin iyon sa binata, a triumph clear in his eyes for making her laugh.

"Oh, Anthony. Come here, baby."

May kung ano'ng natunaw sa kanyang puso nang walang pag-aalinlangan nitong tinawid ang kanilang maliit na distansya at inilapit ang sarili sa kanya. Ikinulong niya ang gwapo nitong mukha sa kanyang mga palad at masuyong sinakop ang matamis na labi ni Anthony. Inanggulo nito ang mukha upang iiwas na tumama ang eyeglass sa kanyang mukha and in that manner, the kiss deepened.

"Fine, okay." Nakangiti niyang wika pagkaraang tapusin ang lumalalim na halik na iyon. "You have my permission to take me anywhere you want."

"And the cuddling," he inserted huskily. "I want the cuddling."

Tumango siya. "And the cuddling."

TURNS out, Anthony's place is one of those rich Victorian houses with polished floors and ceilings and every expensive furnitures one can think of. Halos malula siya nang makapasok sa loob niyon. Goodness! The man is filthy rich!

"If this is what my house would be if I chose to teach instead of practicing, then hell yeah, I'd teach!"

Natawa si Anthony sa sinabi niya. "Kung pwede lang sana akong magsinungaling sa 'yo at sabihing sa pagtuturo ko nga nakuha ang lahat ng kinikita ko de gagawin ko. Kaso hindi, baby. I'd suggest you practice. Pwede kang magturo, of course. But the money is with the hospital, never with the academic."

Hinayaan niyang humiwalay si Anthony sa kanya upang magpunta sa kusina at maghanda ng kanilang makakain. Sinundan niya pa rin ng tingin ang binata, takot na baka mawala siya sa malaking bahay na iyon. Nang makabalik ito sa sala dala-dala ang samu't saring pinggan na may iba't-ibang laman na pagkain ay saka lamang siya kampanteng naupo sa mahaba at malambot na sofang naroon.

"Then how the hell did you manage to acquire all these?"

Naupo si Anthony sa tabi niya at nakangiti siyang hinarap. "May business ako, of course. How else?"

Business. Tama pala talaga si Deanne. Ngayo'y hindi na siya nagtataka. She supposed that having a business is practical for someone as old as Anthony. Hindi nga naman kasi mapagkakasya nito ang sarili sa pagtuturo lamang.

"Ano'ng business naman?"

"Iba-iba." Kibit-balikat nitong sagot habang abala sa pagsasalin ng pagkain sa isang walang laman na pinggan na sa hula niya'y sa kanya. "I own a winery. Among other things."

"Do I get to know those other things?" pabiro niyang tanong. Hindi naman talaga ganoon ka-importante sa kanya ang mga pag-aaring negosyong ni Anthony. Hindi naman kasi pera nito ang habol niya sa lalaki.

"Yeah. Only if I get a reward for the lists of my ventures."

Napatawa siya. "Sa tingin ko mauubos ang buong gabi natin sa kakaganito."

Napangiti rin ang binata. Ngunit sa halip na sumagot ay sumandal ito sa sofa dala-dala ang plato at sinimulan siyang subuan. She took a bite pero agad ding pinigil ang kamay nito nang muling magbalak na kumuhang muli ng pagkain. "I think that's my job, baby. Not yours."

He placed the plate between them bago kinuha ang kanyang kamay na nakapigil sa braso nito at inilapat sa kaliwang pisngi ng binata. "I know. But it's my job to serve you too. So what's it's gonna be?"

Damn. He was so good at arguing it irritated the hell out of her. "Fine. Okay, I give."

Tuwang humalik ito sa kanyang palad. "Thank you. Now what about this ground rules you're saying?"

Siya na ang nagtabi sa mesa ng plato, umusog ng kaunti upang mapalapit kay Anthony at saka sinimulan ang seryoso nilang pag-uusap. It's high time they do this. Fix what needs fixing para makausad sila sa relasyong ito.

"I am not a sadist."

Ngumisi ang kaharap, amusement twinkling in his eyes. "You could have fooled me."

"Seryoso ako." Hinampas niya ng isang kamay ang balikat nito na sahi ng baritonong pagtawa ng binata. "You have to know that I don't draw blood, Anthony. I *hate* drawing blood. If you're in to those hardcore pain fetish, you'd be disappointed with me."

Ngunit sa uri pa lamang ng kalmadong pagtingin ni Britanni dito at sa pagpapatuloy ng daliri niya sa paghaplos sa pisngi nito, alam na niya ang isasagot doon ng binata. "Just the basic, not hardcore. I just.... I need it to get off. I can top and I can do bottom, Britanni. But I don't want to hurt you. I don't want to control you. I want you to control me."

Somehow, another inch of her heart started to melt. Unti-unti na niyang nauunawaan kung gaano ka-importante kay Anthony ito. Buong akala niya'y siya lang ang nakakaramdam ng kakatwang koneksyon dito. Now that she's hearing him, she's beginning to think that he felt that strong connection too.

"Kailangan mong malaman na hindi gaya ng iba, seryoso ang domination para sa akin, Anthony. Kasama 'to sa uri ng pamumuhay ko. Ako 'to. Hindi mo ako kailangang tawaging Mistress kung hindi ka komportable pero sa lahat ng oras gusto kong nakikinig ka sa akin. I won't go apeshit on your ass if you bail. You wanna stop, say the safe word. Once uttered it's over, there's no going back because I never go back.

"I expect total submission. Not half, not quarter, not a part. I want it whole. I want everything and I will only take everything. Baby, you have to understand that this isn't only my pleasure. It's yours too. Mostly yours. Hindi ito laro. Papasok ka sa isang relasyon at kailangan kong ipaintindi sa 'yo 'yon. I don't do casual romps, iba 'to. Magiging submissive kita pero hindi mo kailangang yumuko, hindi mo kailangang humingi ng permiso para magsalita, hindi mo kailangang halikan ang kahit na ano'ng parte ng paa ko o ng sapatos ko bilang pagbati. A kiss on the lips would be nice but it would be your choice. I am not Wanda and you're definetely not Severin. Understand?"

Huminto siya, tumingin sa kaharap na para bang kinukuha niya ang opinyon nito. Tumango ang binata, the twinkle in his eyes shows he's acknowledging the blunt reminder of what he did at the class early that morning. "Naiintindihan ko."

"Good. I wouldn't leave you with no choice, baby. Sinabi ko na at alam kong naiintindihan mong gusto kong maging kontrolado sa lahat ng bagay. Pero hindi ibig sabihin no'n hindi ko kailangan ng opinyon mo. Iyon ang pinaka-kailangan ko sa lahat. Gusto kong sabihin mo lahat ng nakakapagpasaya sa 'yo, lahat ng gusto mo, sa loob o sa labas man ng kama. You'll know mine, there's no mistaking that. But I will want to know yours more than I know mine. You bailing out yet?" nakangising pagbibiro niya.

Ngumisi si Anthony pabalik sa kanya at saka umiling. "Try never."

"I'll definitely do," pagkatapos ay hinalikan niya ang dulo ng ilong nito. He sighed in contentment. "Aalagaan kita, Anthony. I'll spoil you with kisses, with touch, with hugs. Because I know you like it, don't you?" tumango ang binata upang sagutin ang tanong niya. She smiled at him assuringly. "Me, too. Expect me to be touchy. I'd probably be more soft outside the bedroom so you'll get a lot of those from me.

"Another thing is fidelity. Baby, we're exclusive. Me and you. Only me and you. I have no sidelines, I don't know about you but I expect you to cut them out the moment we step into the doorstep of the bedroom. Are you with me?"

Muli ay tumango si Anthony. "I have no sidelines. Just you."

Sumagi sa isipan ni Britanni ang nakita niya kanina sa hallway. Pinag-isipan niyang itanong iyon kay Anthony ngunit mas napagdesisyunan niyang ireserba na lamang iyon sa ibang araw. She'd had enough of arguments today. Mas kailangan niyang mag-focus dito.

"Another thing. You have to transfer me to another class, Anthony. What we're doing is dangerous. Very dangerous."

Noon nagsimulang kumunot ang noo ni Anthony at mawala ang ngiti sa mukha. "Kung ililipat kita, you'll have to take my course for the next semester. That'd be a hassle to you."

"Yes, I know. Pero mas pipiliin ko 'yon kaysa malagay ka sa alanganin. Isa pa, pwede ko naman i-take sa summer 'yon. Mas convenient kung magda-drop out na ako ngayon habang maaga pa. I won't risk us getting caught while I'm in your class, Anthony. Hindi lang suspension ang matatanggap mo."

"Then I'll resign." May determinasyong sabi nito na nagpamaang sa kanya.

"No, you will not."

"I will. You have to know that this job doesn't control me. I control this job. Kaya kong umalis kung kailan ko gugustuhin. I won't let this stop me. Maraming universities na pwede kong pasukan. Or I could take a vacation to focus on my business instead. Let me be more hands on with them. You pick, baby. Tell me what I have to do."

"You will stay with Saint Andrews," giit niya. "Hindi kita papayagang umalis. The only solution to this is to transfer me to another class, give me a recommendation and we're all set. We just have to be careful and perhaps talk to the Dean of the Department to let him know about us."

Defiance burned in Anthony's eyes habang nakatitig ito sa kanya. She matched it with a calm challenging stare. It paid off and he ultimately gave up. "Okay. I'll work on it tomorrow."

Ngumiti siya, sinadyang ipakita rito ang tuwa niyang napasuko niya si Anthony. "That's my baby. Now, do you have any issue you want to clarify?"

Kumunot ang noo ni Anthony. "Stay away from Kaede. I feel some incomprehensible inferiority complex kapag nakikita ko kayong magkasama. And please, Britanni, let me provide for you. I have the means to do that, you just have to let me."

Napanganga si Britanni. She tried to swallow what he's telling her pero ang lahat ng iyon ay sumasabog lamang sa kanyang utak. "Hold on, isa-isa lang. Unahin natin si Kaizer. Ano'ng problema mo sa kanya?"

"I don't like how he stares at you. It was as if he's ready to pounce on you given the chance." Maktol nitong parang bata. Oh God, adorable. But he'll surely won't appreciate that thought so she decided to keep it to herself. "Lumayo ka sa kanya. Befriend someone else on the classroom. Marami namang babae, hindi ko naman kasi maintindihan kung bakit lalaki pa ang pinili mong kaibiganin."

Napatawa siya nang maunawaan ang ipinaghihimutok ni Anthony. "Aw, baby, you're actually jealous."

"And you're happy I'm jealous? Hindi ka pa sadista n'yan, ah?"

Lalo siyang natawa ng malakas. "I love that you're jealous. Makes me feel irresistible. Pero wala kang dahilan para pagselosan si Kaizer. He's a friend. I don't even feel an inch of urge to fuck the guy like I feel with you. I want to bone you every minute of every damn day. Kaizer was just someone you'd share pizza with and talk about what happened with *NCIS* the previous night."

Naramdaman niya ang kakaunting pag-angat ng tensyon sa mga balikat ni Anthony. "Okay. That made me feel a bit better."

"And about this providing stuff? I say no."

Bumalik ang nasabing tensyon at waring dumoble pa yata. "What? Why not?"

"Hindi ako naghahabol sa pera, Anthony. Kaya kong tustusan ang sarili ko. It'll make me feel bad to know that I'm depending on someone to be able to live."

Nagdilim ang anyo ni Anthony at tinitigan siya ng matalim. "I might have told you I'm relinquishing control to you pero, Britanni, with this kind of things hindi ko hahayaang gamitin mo ang kontrol na 'yon para pigilan ako. Hinayaan kita sa mga ground rules mo. I think it's time for you to return to me that same favor."

Napatikom si Britanni ng bibig, aware that what Anthony said was true. She owed him this. And there they go, reaching a stalemate.

Nagbuga siya ng hangin at nailing. They have to compromise one way or another.

"Fine. Pero ipangako mo sa aking hindi ka magiging exaggerated sa paggastos. If I tell you no then be reasonable enough to pull it back. You have to ask my permission, Anthony. I hate surprises."

Nagliwanag ang mukha ni Anthony at pumalit doon ang palabirong ngiti na hindi niya maramdaman sa kanyang mukha. She still feel cheated that he managed to make her say yes to that one stipulation she loathed the most.

"Shame. I have many surprises in store for you."

Naningkit ang mata niya. "Try, Anthony. Just try. Masasaktan kita ng wala sa oras."

Tumawa lamang ang binata. "We're making a progress, baby! You're turning into a sadist! Way to go!"

Kinurot niya ito sa tagiliran na lalong nagpatawa rito ng mas malakas. Hindi nagtagal at nahawa na rin siya sa tuwa nito. Napangiti siya't nailing sa sarili.

KABANATA VIII

"**N**AG-DROP out ka sa Sexual Orientations?"

Nag-angat si Britanni ng paningin at natagpuan si Kaizer na inookupa ang katabi niyang bakanteng upuan. Nakakunot ang noo nito't sa kanya pirming nakatingin habang inilalagay ang book bag sa mesa.

"What?" tanong niya nang hindi mag-sink in sa kanyang isipan ang sinasabi nito.

"Ang sabi kasi noong isang araw ni Professor Cane nag-drop out ka na raw sa klase niya. Mas pinili mo raw na i-retake na lang sa summer ang Sexual Orientations under Professor Dalton."

Kinagat niya ang dila upang pigilin ang awtomatikong response niya. At paniguradong magugulat si Kaizer kapag iyon ang nagkataong naibulalas niya. Siguradong napaka-awkward na sabihin na kaya siya nagpalipat ay dahil may namamagitan sa kanila ni Anthony. Malamang ay kukuyugin siya ng mga estudyante rito ni Anthony dahil lamang doon.

Kaya't sa halip ay nakangiti siyang tumango at kinumpirma na lamang ang inuusisa nito. "Sinunod ko lang naman ang sinabi mo. Na-realize kong tama ka. Hindi kami pwedeng mag-coexist ni Professor Cane sa iisang klase. Kaya nag-drop out ako. Binigyan niya ako ng recommendation para sa klase ni Professor Dalton ngayong summer."

Kataka-takang nagliwanag ang mukha ni Kaizer nang matapos siyang magsalita. "Mabuti naman at sinunod mo ang payo ko. At least, 'di ba, hindi na kayo magbabanggaan pa ni Professor tuwing lecture. Para kasi kayong nagkakapersonalan."

She winced at the reminder of what happened a week ago in Anthony's class. The asshole tried to take their grievances out in the public eye. Pero as it turns out, isang malaking kaso ng hindi pagkakaintindihan lamang pala ang pinag-aawayan nila.

Miscommunication, she suppose. After all, gaano katagal pa lamang ba sila magkakilala ni Anthony? They were bound to have problems like that.

"Eh 'di paano 'yan? Hindi na kita makikita ng dalawang beses sa isang araw."

Napangiti siya ng hindi sadya. Mukhang tumpak pa yata ang hinala ni Anthony. May karapatan at dahilan nga yata ang mokong na mag-selos.

"May seminars pa naman kay Professor Carillo. We'll just have to make-do."

Tahimik na tumango si Kaizer at hindi na nabigyan pa ng pagkakataong makasagot nang pumasok si Professor Carillo at agad na nagsimulang mag-lecture.

Buong araw niyang hindi nakita ang anino ni Anthony sa university. Ni hindi niya alam kung pumasok ba ito o hindi. Nag-aalala siya. Baka kasi may ginawa na naman itong kalokohan na hindi ipinapaalam sa kanya. That man irritatingly sucks with asking permissions. Hindi niya tuloy alam kung ilang beses ba niya kailangang idikdik sa kokote nito na kailangang nalalaman niya ang bawat desisyon ni Anthony para tumimo iyon sa utak ng lalaki. It doesn't seem to stuck in his mind.

Pagsapit ng alas sais ng hapon ay bumaba na siya mula sa pagtambay niya sa library. Nagderetso siya sa opisina ni Anthony upang tignan kung naroon pa ba ito o kung talagang pumasok ang binata sa university noong araw na iyon.

Natagpuan niyang nakakandado ang pintuan pero mukha namang may nag-occupy niyon noong araw na iyon kaya't nagdesisyon siyang tumungo sa parking area ng unibersidad. Doon niya natanaw ang pamilyar na itim na Avanza ni Anthony. Napangiti siya sa sarili saka nagsimulang lumapit sa sasakyan. Ilang hakbang pa ang layo niya roon nang biglang-biglang bumukas ang pintuan sa gilid ng driver's seat at iniluwal niyon si Anthony.

Napatigil siya. Natulala siya sa itsura ng binata. His necktie is missing, his suit is rumpled and opened while the top two buttons of his polo shirt were undone. Nawawala rin ang salamin nito kung kaya't kitang-kita ang samu't saring emosyong naglalaro sa mga mata nito.

There was confusion. Anxiety. Frustration. And relief.

"Anthony—"

Hindi na siya nakapagsalita pa ng higit doon nang sugurin siya nito ng mahigpit na yakap. He pressed his lips to her temple, his mouth trembling and his kiss had a sense of panic and urgency in it she doesn't understand.

"Anthony? May nangyari ba?"

Pagkatanong niyon ay agad siyang nag-alala. Baka nalaman ng faculty ang tungkol sa kanila at nag-desisyon ang mga itong tanggalin na lang sa univeristy si Anthony instead of a simple suspension. Siguradong makakasapak siya ng wala sa oras kapag iyon nga ang nangyari kaya't nagkakaganito ang lalaki ngayon.

"I... I thought you left me." At sa sinabing iyon ay lalong humigpit ang mga brasong nakapulupot sa kanyang bewang. "God, I thought you left me!"

Kumunot ang noo ni Britanni sa pagkalito. Anthony sounded like a wounded frightened animal na nagpakirot ng kanyang puso nang marinig iyon. "W-What? Nasa library lang ako."

He shook his head fervently. "No. No, I texted you! From after we separated until lunch. You... you told me things I didn't understand and I thought you were mad at me for something I've done."

Natigilan siya. Agad na napahawak sa mukha ni Anthony na nakabaon sa kanyang leeg and forced him to look at her. His gaze were troubled, panicky. She kissed him instead for wanting to rid of those emotions.

"You have to know something, baby. Kung may sasabihin man akong importante sa 'yo, hindi ko padadaanin sa text 'yon. Okay?"

"But you just did."

Kumunot lalo ang noo niya at nagusot ang mukha. Somehow, someway, naintindihan ni Anthony ang pagkalito niya. Bahagya itong kumalas sa kanya at may kinuha sa bulsa ng pantalon. He pulled out an iPhone, scrolled for a few seconds then handed it to her. Nang tignan niya ang screen ay nakatigil iyon sa text conversation nila ni Anthony.

Inumpisahan niya sa pinakaunang message ang pagbabasa. It was dated two weeks ago, Monday, after Anthony had left for Sicily.

Just touched down. Hope you call me.

- A

Ang mga sumunod ay pangungulit na ni Anthony na sagutin niya ang tawag nito at mag-reply sa text, which was to no avail dahil wala kahit na isang message doon na nanggaling sa numero ni Britanni.

Then came a message dated today, just after her first period started.

I won't be able to meet you during lunch, baby. Have a meeting 2 attend.

I'll see you later after dismissal.

- A

Pagkatapos sa sorpresa niya ay sumagot ang numero niya bago ang pananghalian. Period ng klase niya kay Professor Carillo kung hindi siya nagkakamali.

Stop sending me shit. I don't want to see you. Ever. Have a good day,

professor.

Napanganga siya sa gulat. Kung detachable lang ang panga niya'y kanina pa iyon lumaglag sa sahig. How the hell things escalated to this? This is serious trouble. May ibang nagpo-pose bilang siya at ginagamit ang nawawala niyang telepono na halos magta-tatlong linggo na niyang hindi nakikita't nahahawakan.

At nakalimutan niyang sabihin kay Anthony.

Nanlalaki ang mga matang bumaling siya kay Anthony. He was watching her, his unease and frustrated disposition vanishing a bit.

"Anthony, matagal ko nang hindi nakikita ang cell phone ko. I tried to tell you, believe me, but it just keeps slipping off my mind!"

This time, si Anthony naman ang kumunot ang noo. "Paano mo makakaligtaang sabihin sa akin ang gano'ng bagay, Britanni? Surely, you'd know when your cell phone's missing! Imposibleng hindi."

Napakamot siya sa likuran ng tainga, hindi sigurado kung paano ipaliliwanag ang sarili niya kay Anthony. "Well... hindi naman kasi ako madalas gumamit ng cell phone. The first time I realized it was missing, mag-iisang linggo ko na 'yong hindi nahahawakan at nakikita."

"Oh God." He groaned and rubbed his palms over his face in a frustrated manner. Somehow, Britanni felt bad. One way or another kasi'y kasalanan din niya ito. "All these heartaches and misery for nothing."

Hindi siya nakatiis at hinila niya si Anthony upang yakapin ng mahigpit, wala nang pakialam pa kung may makakakita sa kanila o wala. She ran her right hand over and over the back of his head as if to soothe him. Her left hand drawing circles in his rough suit at his lower back. Hindi niya ma-imagine kung ano'ng dinanas ni Anthony habang hinihintay siya nito sa Avanza kanina, unsure of whether she'll come or not dahil sa natanggap na mensahe.

Jesus. Seryoso na ito. Kung mayroong nagtatangkang mag-text at nagpapanggap na bilang siya gamit ang sarili niyang cell phone, kung gano'n alam ng kung sinumang iyon ang namamagitan sa kanila ni Anthony.

Damn. Who could that be?

ANTHONY could hear Britanni in her kitchen, smell the food she's cooking and hear her moving efficiently from the sala. Pero hindi niya mapigilan ang sariling magpabalik-balik sa paglalakad. Hindi niya matanggal sa sistema ang takot at pangamba na naramdaman niya kanina matapos basahin ang mensaheng iyon ng akala niya'y si Britanni.

Goodness, he'd never felt that scared his entire life.

'Yong naramdaman niyang takot kanina ay hindi pa niya nararamdaman sa kahit saan o sa kahit na ano. Even his experience in Afghanistan where his worst fears had been realized were no match to that fright he felt earlier. Alam na niya ang pakiramdam ng maiwan ni Britanni sa ere.

He'd been in hell during the week he was in Sicily. Araw-gabi, nararamdaman niya si Britanni sa kanyang katawan. That one sizzling encounter in his office was enough to make him obsessed with the feel of Britanni's flesh against his skin. He kept thinking about being inside her, being able to taste the sweetness of her mouth, play with her tender tongue and suck it inside his mouth like a gum. Britanni chased all his nightmares away and replaced it with terrible terrible dreams of him submitting to her, letting her give him pain and pleasure enough to drive him crazy all the time.

At ang kawalan niya ng koneksyon dito ang nagpabaliw sa kanya ng husto. He thought that was the end of it. Akala niya'y iyon na lamang ang kanyang makukuha. An office quickie.

Pagkatapos, noong bumalik siya'y determinado siyang kumbinsihin si Britanni na may iba pa silang magandang patutunguhan. Na may magiging maganda silang relasyon kung hahayaan lang nitong trabahuhin iyon ni Anthony. But then the first time he saw her, he was with the bastard, Kaizer Kaede, whom he doesn't like eversince the beginning. And he liked the guy less when he saw him putting his distasteful paws on Britanni's shoulders.

God. Ang galit niya noon. Kung hindi lamang niya naalalang baka masaktan niya si Britanni kapag itinulak niya't sinapak si Kaizer ay baka hindi siya nakapagtimpi noong mga panahong iyon.

And now here he is, pacing back and forth, agitated to the nth level. May kung ano sa sistema niyang hindi niya matanggal kanina pa.

Kumalma siya ng kaunti nang makasama na si Britanni pero napupuno pa rin ng takot at pangamba ang dibdib niya. Hindi niya alam kung paano aalisin iyon. Kailangan niyang maramdaman ang dalaga, he needed her to make him feel secured in this relationship.

Hell, he sounded like a pussy when put like that but right now he didn't care. Nagigimbal pa rin ang buong sistema niya dahil sa nangyari kanina. He needed her so bad he's going crazy.

"Anthony." Untag ng tinig ni Britanni na ikinahinto niya. Nakatayo ito ilang hakbang lamang ang layo sa kinatatayuan niya at nakatingin sa kanya na may bahagyang pag-aalala sa ekspresyon. "Come here."

Hindi alam ni Anthony kung bakit at paano, but her soft tone laced with an underlying authority made him hard and eager to please. Mabilis pa sa alas kwatrong lumapit siya kay Britanni. She greeted him with an open arms, hugging him to her. He responded by encircling his arms around soft curvy waist and pressing his face into her hair, inhaling her scent. Some of his unease vanished. Ngunit may malaking tipak pa rin ng takot ang natira roon.

More. He need more.

Naramdaman niya ang mainit at malambot nitong labi sa parteng malapit sa kanyang kaliwang tainga. She pressed a lingering kiss there. Soothing, calming.

"I'm sorry for everything, baby. Maybe it would make you feel better if you knew that I'm not aware of that too."

Sadly, it didn't. Ngunit hindi na siya nagsalita't sa halip ay hinigpitan lamang ang yakap kay Britanni. Gusto niya pa ng higit pa dito. Something. Anything that would get him out of this funk he's in.

"Bibili ako ng bagong phone, I promise." Mulit nitong wika na inilingan niya.

"Ako ang bibili para sa 'yo."

"Okay."

He suspected that she only acquiesced because of the tension she must have been feeling rolling off from him. Anthony didn't know if she felt his agony. But he was glad when she drew circles against his lower back. He wanted more. More.

"Please..."

Hindi niya alam kung paanong naunawaan ni Britanni ang ipinapakiusap niya because frankly, maski siya'y hindi alam kung ano'ng ipinapakiusap niya. He just knew he needed something. And that she's the only one who could give that to him.

"Go to my bedroom, last door on the right. Strip. I want to see you naked. All of you. Wait for me on the bed."

"Kneeling?" he asked, unsure of the reason why something pulsed inside him with the thought of him kneeling on the floor, beside the bed, waiting for her.

"No, not necessarily." Bakas sa tinig nito ang pagkalito. "You may kneel but that's entirely up to you. Surprise me."

She's being cautious. He loved that she's trying to take this slowly and slide him gently into this lifestyle. It made him want her more.

Tumango siya. But for a reason, hindi niya magawang bumitaw kay Britanni. Then he found himself trembling and gripping her against him tighter. Oh, God.

Gumawi ang kamay ni Britanni sa likuran at marahang hinawakan ang mga nanginginig niyang kamay. She caressed it first before smoothly and gently disentangling them from her waist. Bahagya itong lumayo, sapat upang dampian siya ng halik sa labi at ipakita sa kanya ang ngiti nito. "Go now. I'll be right there in a sec."

Kaagad na hinanap niya ang kwartong sinasabi ni Britanni habang ito naman ay dumeretso sa kusina upang marahil ay asikasuhin at takpan ang mga naihanda na nitong pagkain.

The room was nothing short of ordinary. The classic bedroom for sophisticated women. Clean, tidy, organized and had all those furnitures that a girl has. Napansin niya ang mga larawan. Mga litrato ni Helion, ni Britanni, at ng isa pang matipunong lalaki na sa hula niya'y ama ng magkapatid. Nothing out of the ordinary.

Just that table and a wall lying in the far corner of the room, covered with a white long sheet of cloth.

Sa kuryosidad ay lumapit siya roon upang tumingin. He lifted an inch of the sheet at napamaang siya sa nakita. Toys. *Sexual toys*. May ilang pagkakapareho sa nakita niya sa Clique but none of those in the blue room where he frequents. Walang cane, walang riding crop, walang flogger, at walang whips.

There were butt plugs. Dildos of different sizes, handcuffs and vibrators.

Lumulunok na ibinaba niya ang tela at tinakpan iyong muli. Sinadya niyang hindi pansinin ang naramdamang sensasyon sa nakita. He was pissed that he liked it, that he was fantasizing her using those on him.

For goodness' sake, this is debauchery!

Sa nanginginig na kamay ay tinanggal niya ang butones ng puti niyang polo shirt at hinubad iyon mula sa katawan. Isinunod niyang hubarin ang itim na slacks at ang boxer hanggang sa wala nang matirang saplot ang kanyang katawan. He looked back on the bed and at the floor. Nag-desisyon siyang piliin na lang muna ang kama.

He was a coward, he acknowledge that. But he couldn't handle that kind of play yet. Not now. Not yet.

Mga ilang minuto pa ng pagsandal sa kama'y bumukas ang pintuan at iniluwa niyon si Britanni. She wore that gentle smile he saw in her earlier. Nahawa siya sa ngiti nito. Tumabi ang dalaga sa kanya at para siyang magnet na awtomatikong dumikit dito. She understood his need, he realized. Because she simply tucked him in her warm arms and started raining kisses from his temple down to his ears, nipping and licking his earlobes, around his jawline then down to his throat.

"What do you want, baby?"

He groaned in pleasure. He liked his lips against his skin. It calmed him, soothed his worries. "You. You, please."

"How do you want me?"

Hindi niya alam. Wala siyang balak alamin at wala siyang pakialam kahit paano pa iyon. Ang gusto niya lamang ay maramdaman si Britanni. "Any how..."

"Slow?" then she licked a long line at his Adam's apple. "Or fast?"

"Fast! Fast, I want it fast!"

"Go ahead then, baby. Take what's yours."

He didn't need more encouraging. He eased himself up the bed before lunging at her with a deep kiss. Anthony half expected her to push at him or slap him for daring to act without her command but instead she took his face into her hands and kissed back. Deeper. Her tongue probing.

He could've easily subdued her dominance then. Ngunit iyon na nga ang punto. Kaya niya. Subalit ayaw niya.

The thought surprised him, honestly. Kuntento siyang si Britanni ang nag-uutos. Ang nagsasabi ng gagawin at ang kumukuha ng kontrol niya sa lahat ng bagay. He trust her enough to bring him pleasure. He trust her enough to want to surrender to her every whims and commands.

"Touch me. Work me up more, Anthony. More."

And he did. Inalis ni Anthony ang polo shirt na suot ni Britanni. He unhooked her bra and let it fall down. All the while kissing every inch of her skin he expose. Mayamaya pa'y naramdaman niya ang mainit nitong palad sa pisngi ng kanyang likuran. He jerked but wouldn't part from suckling her nipple. He was well aware of her fingers slipping past that tight ring of muscle on his ass. Wala sa sarili napaungol siya. Goodness! He shouldn't have felt that way but he did.

He liked it. There was no mistaking that. And she knew that, he was sure.

Hindi niya inaasahan ang kamay ni Britanni na gumpang pababa sa gitna ng mga hita niya. She gripped his shaft, stroked slowly, and he trembled with the need to release. "I want you now, Anthony. Give yourself to me now, baby. Now, all of you."

Mabilis niyang ipinosisyon ang sarili sa ibabaw ni Britanni, his throbbing length slid smoothly between her legs. "Oh God, Britanni!" was his first scream in ecstacy na kasabay rin ng malambing na pag-ungol ng dalaga.

Holy hell, she's tight. She's warm. And she completely took him in whole and gave him excess in return with her fingers lingering on the tight bud of his ass, never invading but caressing. The gentle caresses complemented the devastating pleasure of being inside her. It was as if he's home.

He was where he belonged.

"Harder now, baby. Deeper. I want it deeper."

Anthony was a slave to her desire, he realized as he thrust into her so hard while peppering her with kisses. Pain mixed with pleasure. Ecstacy. Burn. Pain. Pleasure. It's all mixed up until he couldn't separate the two.

"Oh God, Britanni! Oh please!"

She screamed. He was sure it was her. It was music to his ears. The fact na kaya niyang dalhin ang dalaga sa sukdulan. It pleases him. Pleases him to no end. "Oh fuck, Anthony! So good, baby! Keep moving, deeper! Build me up again! I want it again..."

Hindi niya alam kung makakatagal siya. He gripped the bedpost with so much strength, trying to control himself, trying so fucking hard not to embarass himself. He needed to come. The strain of delayed release is making him sweat. And yet he gave Britanni what she wanted. He moved in and out of her so slow. Building her up, savoring the feel of being able to glide in and out of her heat.

"I need to... Britanni, please... can I... can I..." He finally groaned seconds later and then unconsciously dropped his head buried into her neck. "Can I please come?"

She didn't answered but she moaned. She thrust her hips upward, silently urging him to get back to his previous pace. Inalis niya ang mga kamay niya sa bedpost at itinungkod sa kama, sa magkabilaang gilid ni

Britanni para ma-suportahan ang galaw niya. Anthony lifted his hips up and then pounded down on her. She screamed. Napapikit siya ng mariin when she clenched around him. She's close again, she's coming again and he has yet to embarass himself.

"Come, Anthony. Get there! Now! Get there now!" she vigorously shouted while she was clasping her thighs around him.

She gripped him. Anthony could feel her juices dripping and she clenched around him harder. "Oh, Britanni!!" He cried out when she cleverly bit his neck, knowing that pain would push him to the edge.

And just like that Anthony was coming down hard. So hard, too hard he couldn't stop himself from coming.

Matagal bago siya naka-recover. He was laying there, his body limp, his face down into Britanni's neck, and he was breathing so hard and loud. Wala siyang kamalay-malay nang hugutin ni Britanni ang kahabaan niya mul sa loob nito ngunit dinig niya ang mahinang ungol na kumawala sa sarili niyang bibig. Yet, he was too content to move or say anything.

And tired maybe.

Deliciously tired.

Naramdaman ni Anthony ang marahang pagdampi ng mainit na labi ni Britanni sa gilid ng ulo niya. Naramdaman niya itong huminga, naramdaman niya ang mga kamay ng dalaga na bumalot paikot sa kanyang katawan. Nararamdaman niya si Britanni. Siya lang. Si Britanni lang...

"Just a second, baby."

He hated the empty feeling nang bumangon ang dalaga mula sa kama. Having no energy to even talk, isiniksik niya na lamang ang sarili niya sa mga unan at hinintay si Britanni. Mabilis itong nakabalik at agad-agad na nawala ang pakiramdam na iyon sa sistema niya. Instead it was replaced by a warming sensation that engulfed his whole being. And more so when he felt a wet cloth touched his forehead in a gentle dab.

Naiintindihan na niya ngayon. This is the true significance of being a submissive to a Domme. It means being taken care of, it means being warm, it means being treasured.

It means being loved.

KABANATA IX

SABADO ng umaga nang buksan niya ang bago niyang cell phone sa text message ni Deanne. Medyo nag-aalangan pa siya sa mga buton na pinipindot at natatakot na gumalaw sa mga komplikadong features ng iPhone na binili ni Anthony para sa kanya. Sa ganitong mga klaseng bagay naman niya talaga imposibleng maitanggi na isa siyang probinsyana, born and bred. Matalino naman siya kung tutuusin, eh. Ang problema lang, she wasn't exactly technologically informed.

Naalala pa nga niya ang pagkakagusot ng mukha ni Anthony habang tinuturuan siya nito. Halatang hindi inaasahan ng binata na ganoon siya katanga pagdating sa mga gadgets. Matyagang magturo si Anthony. Ang problema'y hindi naman kasi matyagang makinig si Britanni. So in the end, she snapped at him and just gave up.

Nang sa wakas ay mabuksan ang inbox na nakatago sa pagkarami-raming icon ng drawer box sa menu option ng kanyang iPhone, kaagad niyang tinignan ang mensahe ni Deanne. Noong una'y hindi niya pa gaanong na-gets ang text. Marahil ay dahil sa hati ang atensyon niya sa naririnig at naaamoy na luto ni Anthony sa kusina ng Victorian house nito at sa pagkalikot sa nakakabanas niyang telepono.

Ngunit nang muli niyang basahin ang text ay natigilan siya. Holy shit! Hindi pa nga pala niya nasasabi kay Anthony!

C u tonite, Legee! Don't forget about your promise. U're still up for a wild night at Clique, right? And the thing wid Ariadne 2. Talk to ya later! XO! ☺

Oh hell. Paano niya sasabihin kay Anthony iyon? Nangako siya ditong sasamahan niya si Anthony ngayong gabi at dito niya balak matulog hanggang sa Linggo ng gabi. Even her overnight bag is packed.

Ugh.

Tumungo siya sa dining area kung saan naroon si Anthony at abalang naghahain ng almusal. He was clearly in a good mood, whistling a tune she doesn't recognize. Ngumiti ito ng pagkatamis nang makita siyang nakatayo sa dining curtain at nanonood.

"Konti na lang, Britanni. This should be ready in a sec."

Pinilit niyang ngumiti at saka tumango. Ngumiti ito sa kanya pabalik. Nagnakaw pa nga ng halik ang binata sa kanya bago muling pumunta sa kusina at nagpakaabala.

She watched him do the things that is quickly becoming a normal routine to them. It baffled her to be frank. Para kasi silang matagal nang magkakilala at magkasama kung tratuhin nila ang isa't-isa. Suddenly, they just fell into an easy compromise. Alam nito ang mga gusto niya, alam niya ang mga gusto nito.

It was like living in an ideal world.

Nilapitan niya si Anthony nang nakangiti itong naupo sa hapag-kainan. Masuyo siyang naupo sa kandungan nito at agad namang ipinulupot ng binata ang mga kamay sa kanyang bewang. Tinitigan niya ito, feeling the tickling sensation in her tummy rising up like new awakened butterflies starting out their morning.

How good that felt.

"May problema ba?" takang tanong ni Anthony na ngayon ay bahagya nang nakakunot ang noo at tinititigan siyang tila iniisip kung ano'ng problema.

Umiling lamang siya't nanatiling nakatitig dito.

Broken. That's how she sees him. Sa panlabas ay mukha lamang itong matatag, malakas at nakaka-intimidate. Especially with this scar—which she was now tracing gently that made him close his eyes to her caressing sensation—that marked his face so violently that any other woman would back away from him just by seeing this. Pero hindi si Britanni. Dahil sa kabila ng nakakatakot na markang ito ay isang sugat na naghahanap lamang ng paghihilom.

Because that was her Anthony. A wounded soul. A broken man. Hindi niya alam ang lalim ng nakaraan ng binata. But she was sure it was deep enough to inflict a wound that would be too hard to heal.

Maski na para sa kanya.

What was his pull on her anyway? Hindi niya talaga alam. But this past few weeks, she learned to be resigned to the fact that somehow, may na-establish silang koneksyon ni Anthony na hindi lamang basta-basta mawawala. It was there when they make love. It wasn't sex, she suppose. They were making something out of their bodies joining as one. She could feel the link every damn time he was inside her. The urge to draw him in more. To be what he needed. The cravings. The urgency. The reverence.

The madness.

At sa tingin niya'y nararamdaman din iyon ng binata. These past few weeks, napapadalas ang pagtatangka nitong maglagay ng harang sa kanilang koneksyon. His withdrawals from her became too frequent. Hindi niya na inaabala pa ang kanyang sarili na bigyang pansin iyon. Ngayon kasi'y nauunawaan na niya kung bakit ginagawa ni Anthony ang ganoon.

He was afraid. He couldn't handle his fear like the way she can. And somehow, parang iniisip nitong darating din ang panahon na iiwanan niya ang binata kaya't habang maaga ay pinag-aaralan na nitong lumayo at kalimutan siya na para bang kahit kailan ay hindi siya nag-exist sa mundong ito.

Nakakapagod paminsan-minsan. He was hot and cold. But he always comes back, wanting, craving and madly obsessed with punishments. He was in denial, she recognized that. Kung kaya naman mas dinodoble niya ang effort niyang papanatagin ang loob nitong hindi siya aalis. Na hangga't kaya niya'y mananatili siya.

Iyon lang sa ngayon ang magagawa niya para kay Anthony.

"May sasabihin ako." Halos pabulong na niyang panimula bago dampian ng halik ang peklat na hinahaplos-haplos niya.

Nagmulat ito ng mga mata at sinalubong ang kanyang tingin. "Mm?"

"I have to go out tonight." Doon pa lamang ay kumunot na ang noo nito. Tinangka nitong magsalita ngunit tinakpan niya lamang ng kanyang daliri ang bibig ni Anthony upang mapigilan ang lalaki sa sasabihin. "I'm sorry, baby. Hindi ko kasi naalalang nakapangako pala ako kay Deanne ng isang girls night out sa Clique bago ka umuwi ulit ng Pilipinas three weeks ago. Pampalubag loob lang naman 'yon kasi matagal ko na silang hindi nakakasama."

Disappointment flashed in his eyes. Ngunit daglit lamang iyon at agad ding nawala. There he was again. Withdrawing. Na para bang sa tuwing mapagtatanto ni Anthony na kaya niyang ibigay kay Britanni ang ganoong kalaking parte ng kahinaan ay agad itong babawi, magsasarado ng pintuan at itatago ang tunay na emosyon sa kanya.

She wasn't the most patient woman in the block. So it pissed her a lot every damn time.

"Oh."

"Babalik naman ako ng maaga, Anthony."

"Okay." Was all he said at kapansin-pansin ang pag-iiwas nito ng tingin sa kanya.

She narrowed her eyes, willing him to look at her bago pa maubos ang kanyang pasensya.

He wasn't the perfect sub. No. But she liked that about him. It spooked her a bit ngunit unti-unti ay nasasanay na siya sa ganoong ugali ni Anthony. She likes that he contradicts her on a regular day but fully submits to her at night. She likes that he turned to her for orders when it came to his sexual pleasures but defy her rules when it was the other things that aren't involved inside the bedroom.

Paunti-unti ay natututunan na niyang aminin sa kanyang sarili na kailangan din naman niya ng mag-aalaga sa kanya sa labas ng kwarto. She loved the dual edge of dominance and submission he wobble on. At sa tingin niya'y mananatili iyon ng matagal-tagal pa dahil mukhang walang balak si Anthony na itigil ang pagiging pasaway nito sa kanya.

He was thirty four years old and yet he acts like a damn child.

Pabuntong hiningang ikinulong niya ang mukha nito sa kanyang palad at pilit na hinuli ang mga mata ni Anthony. "Hey. Stop doing that. Ang hilig mong magsalita kapag hindi ko kailangan ng opinyon mo pagkatapos kapag naman kailangan ko eh saka ka nananahimik. Tell me how you feel."

"Nothing." Nagkibit ng balikat. "I'm stoked?"

Muli'y naningkit ang kanyang mga mata. "Sarcasm doesn't become you, Cane. Try again."

"Ano'ng gusto mong sabihin ko?" nakasimangot nitong tanong. "Na natutuwa ako kasi hindi kita makakasama mamayang gabi? Na ang ganda ng timing ng pinsan mo? Ano'ng gusto mong gawin ko? Ihatid pa kita sa club mamaya?"

"No. Gusto ko'ng samahan mo ako."

Tumitig lamang si Anthony sa kanya ng mga ilang segundo. Seemingly at a loss for words. Kahit naman siya'y nagulat sa sinabi niya. Deanne's gonna flip, sigurado siya ro'n. Pero mas importante sa kanyang kumalma si Anthony kaysa ang alalahanin pa kung ano'ng sasabihin ng pinsan niyang walang ka-alam-alam sa mga nangyayari.

At isa pa nga pala iyon. Hindi niya pa nasasabi sa kahit na kanino ang relasyon nila.

Helion and Deanne went to Davao to sort some misunderstanding with their neighboring island. Mukha kasing interesado ang mga itong bilhin ang Ariadne gayong hindi naman nila ipinagbibili iyon. Kaya't ang huling pagkikita nila ni Deanne ay niyong nakaraang dalawang linggo pa noong tinulungan siya nitong magpa-make over.

"What?"

Bumuntong hininga siya at masuyong niyakap ang binata. She felt him softened, all the tension draining from his shoulders at once. "Would it be really offending for a Professor like you to be made as a chaperone?"

Naramdaman niya ang pagngiti nito sa kanyang leeg nang ibaon ni Anthony ang mukha roon. "No. That would be rather... exciting, I guess."

"Then we'll go. Hm?"

"Okay." And this time, ang 'okay' na iyon ay wala nang halong galit ni pagtatampo. Imbis, nakangiti ang tinig ni Anthony at halatang masaya.

"THAT guy, is definitely *not* a submissive!"

Natawa sila ni Deanne sa tinuran ni Autumn na sya namang nakasunod ng tingin kay Anthony na naglalakad patungo sa restroom. Sina Lyselle at Nyla, bagama't nagtataka rin ay nananahimik lamang na nakangisi. They were happy for her, of course, but only a bit shock at her sudden... *circumstances*.

"So you guys are officially together?" usisa ni Deanne sa kanya na nagniningning ang mga mata sa tuwa.

Tumango siya, playing with her bottle of Bacardi as she answered. "Yeah. We're sorting things out but hopefully, maging maayos ang lahat."

"He smells *D and D* for me." Komento naman ni Lyselle na kanina pa tahimik.

"D and D?" kunot-noong tanong ni Deanne.

"Dark and dangerous. Never liked those men."

Britanni snorted and burst out in laughter. "Yeah. Because you're the official magnet for D and D, Lyselle. We get it."

Sumimangot lamang ang kaharap niya't tumungga sa hawak nitong vodka. "Oh shut up. Like you were any better."

Piniit na lamang niya ang ngiti't nanahimik na bago pa sila magkapikunan.

Kung mayroong Nick, Sedric, Rush, Angelos, Cody at Anthony ang kapatid niyang si Helion, mayroon naman siyang Lyselle, Nyla, at Autumn. They were humans na naging parte ng barkada nila ni Deanne. It was hard at first, telling them what they are and convincing them that they are not harmful. Sa huli'y naniwala rin naman ang mga ito sa kanila ng kanyang pinsan at simula noon ay naging malapit na sila sa isa't-isa.

They were her best friends. She was close to Lyselle the most but she loved the lot of them. Kahit pa madalas ay may pagka-gaga ang mga kaibigan niyang ito.

"So about Ariadne," panimula ni Deanne na nakakuha ng kanyang atensyon mula sa pambubuska kay Lyselle. "We were being invited for the annual foundation year ng isla. Ang sabi ni kuya Helion, mas okay daw kung makaka-attend ka."

"Eh siya? Pupunta ba siya?"

Umiling si Deanne. "Hindi raw, eh. May inaayos daw siyang importanteng bagay."

Umigkas ang kilay niya roon. "Mas importante pa sa Ariadne?"

"Apparently." Kibit-balikat na sagot ni Deanne.

Napasimangot si Britanni, nagtataka sa mga pinaggagagawa ng kanyang kapatid. Pero ano'ng magagawa niya? May sariling utak at katawan ang kapatid niyang iyon. He was like her. Helion had a stubborn streak a mile wide para pagtuunan pa nito ng pansin kung sakali mang makikialam na naman siya sa buhay ng gunggong na iyon.

Kaya't sa halip ay kay Deanne na lamang siya bumaling. "I worked out my two weeks absence from the university. Pinayagan naman ako ng Dean at ng mga professors ko. Kaya walang problema."

"Let me guess," ngising singit ni Nyla sa usapan. "May tulong ng *jowa* mo 'yang pagkaka-approve ng leave na 'yan, 'no?"

Namula ang mukha niya't itinago na lamang iyon sa pamamagitan ng muli niyang pagtungga sa bacardi. Pero huli na. They already saw her blush at malamang ay nakumpirma na niyon ang hinala ng mga ito.

But dammit, they were right. Masyado kasing short notice ang pagpapasa niya ng letter na iyon para ma-aprubahan ang official leave niya ng dalawang linggo kaya't nang magpumilit si Anthony na tumulong ay hindi na siya tumutol pa. Mabuti na nga lamang at hindi na nagbalak na magtanong ang binata kung para saan ang leave na iyon. But then, she could sense he's hungry for the details at tila nais na nitong magtanong kapag nagkakaroon ng pagkakataon.

She just couldn't tell him na dalawang linggo siyang mamamalagi sa Ariadne para daluhan ang taunang selebrasyon ng isla.

Anthony would surely flip.

"I need a favor, Deanne." Seryoso niyang sabi pagkaraang humupa ang kanyang pamumula.

"Oh? Shoot me."

"I need you to invite Anthony to Ariadne." At their raised brows ay napabuntong hininga siya. "Hindi ko nasabi sa kanya kung para saan ang dalawang linggong leave ko sa university. I didn't want him to worry or panic with the thought that I'll leave him be for the next two weeks. Malayo-layo rin ang Davao sa Manila. And we would be in an island. Alam naman nating lahat kung gaano pinagkaitan ang Ariadne sa matiwasay na cell signal. He wouldn't be able to contact me there."

Nagmamakaawang tinignan niya si Deanne. "Please, D. I just... Kailangang-kailangan ko 'to."

"Seesh. Okay, okay. Hindi mo naman na kailangang mag-puppy eyes pa sa 'kin, Brit. Akong bahala mamaya. Chill."

Mga ilang minuto pa'y nakabalik na si Anthony sa mesa nila. Muli itong naupo sa kanyang tabi at kusang kinuha ang kanyang kamay upang mahigpit na hawakan. He smiled warmly at her and she returned the same smile.

Tumikhim si Deanne na nakakuha ng atensyon nilang lahat. "So we were talking about an island we own."

Tumango si Anthony. "Naikuwento na ni Helion 'yon sa amin minsan. I did wish I could visit there some time. It sounds beautiful there."

"Well you're in luck, buddy. May annual founding celebration kasi ang Ariadne. It will be held next week. I would like to invite you to come with Britanni. It would be fun, I promise you."

Napatingin si Anthony sa kanya pagkatapos ay iniligid ang mata sa kabuuan ng mesa saka muling bumalik sa kanya. "Are... are they coming too?"

Narinig nila ang tawa ni Nyla na pumigil sa isasagot sana ni Britanni. "We'd like to, buddy, kaya lang ay maraming ginagawa ang mga lola n'yo. Hindi naman kasi kami pwedeng magpatumpik-tumpik lang na kagaya ng dalawang 'yan," sabay nguso nito sa kanilang dalawa ni Deanne. "Kumikita ang negosyo ng mga 'yan kahit hindi sila mag-effort. Eh kaming tatlo? Sus. Kahit nga yata magunaw na ang mundo eh hindi talaga bebenta ang mga business namin."

"Subukan n'yo kasing magbenta ng mga sexual toys. Mabenta raw 'yon, I heard." Ngising pambubuska ni Deanne sa mga ito na umani ng sunod-sunod na bato ng slice ng lime na nasa gitna ng mesa. "I'm kidding! Hey!"

Natawa si Britanni. "Stop that. And please, Nyla. Ang sabi naman namin sa inyo, sagot na ni Deanne 'yang two weeks n'yong salary at benta basta't sumama na lang kayo."

Autumn snorted. "Like she can afford us."

"Oh no, woman, you don't underestimate a dominatrix's salary like that. I'm a best seller in this dungeon." Pagyayabang naman ng bruha niyang pinsan na ikinatawa niya.

"Enough of that. You're making Anthony squirm."

His glass of scotch pausing midway from his mouth, he glanced at her ng nakakunot ang noo. "I don't squirm, Britanni."

Nagtaas siya ng kilay. "Oh yes, you do, baby."

Sumimangot ang binata. Ngunit mayamaya rin ay unti-unti nang nag-akyatan ang pula sa cheekbones nito at agad na nag-iwas ng tingin sabay tungga sa scotch na ikinatawa ni Britanni. He was really adorable despite the fact that he couldn't last a single day without opposing her. Pero sa huli'y magpapatalo rin naman ito't hahayaan siyang mag-take over.

"So is that a yes or a no?" muling tanong ni Deanne nang sa wakas ay tumigil na sa paghaharutan at pagbabatuhan ang apat.

Anthony glanced at Britanni. Ngumiti lamang siya at pinisil ang kamay nitong hawak-hawak niya. Pagkatapos ay bumaling ang binata kay Deanne saka tumango. "Definitely a yes. I'd like to go with you."

"Good call." Ngiting wika ni Deanne at nag-bottoms up ng vodka nito. "So I'll just arrange your transportation by tomorrow para makaalis na tayo ng Monday. Would that be okay, Anthony? Hindi ka ba hahanapin sa university?"

Nagkibit ito ng balikat matapos uminom. "I can just file a temporary leave. They won't mind. Kailangan ko lang namang humanap ng papalit sa mga klase ko."

Lihim na napailing si Britanni. Natutunugan niya kasing sinasadya ni Anthony ang pagwawalang bahala nito sa academic career sa Saint Andrews dahil nagbabalak na itong mag-resign. Tutol siya. Pero kung talagang nanaisin ni Anthony ay wala na siyang magagawa. It was his career in the first place. Hindi niya nga lang maintindihan kung bakit gusto nitong umalis samantalang maganda naman ang lagay nito sa university.

At exactly ten in the evening ay nagpaalam na silang umuwi. Nanatili sina Autumn, Lyselle at Nyla sa club dahil iyon naman talaga ang standard routine nila tuwing weekends. Samantalang si Deanne naman ay bumalik na sa trabaho kasabay ng pag-alis nila ni Anthony.

"Your friends are... cool." Ngiting sabi sa kanya ni Anthony noong gabing iyon habang naghahanda sila sa pagtulog.

Napangiti rin siya. "And crazy."

"And crazy." Tumatawang pag-sang ayon ni Anthony.

Dinaluhan ni Britanni ang binata sa kama at masuyong kumandong dito saka ipinulupot ang kanyang mga kamay paikot sa leeg nito. "I wish I've been a bit tipsy. I heard drunk sex is hot."

Muli ay tumawa si Anthony. Then he playfully nuzzled her neck na nagpatawa sa kanya sa kiliti. "We can have a hot sex without you getting tipsy."

"Yes. Yes we can." Patango-tango niyang sagot. At bago pa dumapo ang sabik na labi ng binata sa kanya para humalik ay natatawa niyang hinawakan ang magkabilaang pisngi nito. "But we have to have a talk, baby. About Saint Andrews."

Kumunot ang noo nito at sumeryosong bigla. "Bakit? Ano'ng tungkol sa Saint Andrews?"

"Sa tingin ko kailangan na nating bisitahin si Professor Dalton bukas. See what he has to say about us."

"We should seek legal counsel first, Britanni. Paano kung iba ang maging reaksyon niya?"

"No. Trust me on this, baby. We should make this a personal conversation first before we skip to the legal proceedings, kung aabot man sa gano'n. Don't you agree with me?"

Matagal na nanahimik at nag-isip si Anthony bago sa wakas ay tumango bilang pag-sang ayon. "Okay. Bukas. Pero kapag iba ang naging takbo ng usapan, ipangako mo sa akin na ako na ang magha-handle ng mga susunod na hakbang kung sakali man."

She was confident enough of her own decision to talk this out with the Dean first kaya't tumango siya. "Okay. I promise."

Hinayaan niyang halikan ni Anthony ang kanyang leeg at magsumiksik ito doon na parang bata. Napangiti siya, iniangat ang mukha ng binata gamit ang kanyang palad saka dinampian ng halik ang tungki ng matangos nitong ilong.

"Now give me that hot sex. And *don't* ever stop."

At hindi nga ito tumigil hanggang sa mag-umaga.

KABANATA X

MINABUTI ni Britanni na paunahin si Anthony sa opisina ni Professor Dalton Linggo ng umaga. Iniwan niya ang dalaga sa bahay na kausap si Deanne sa telepono tungkol sa flight details nila kinagabihan patungo sa Davao. He'd been excited last night nang imbitahan siya ni Deanne sa isla ng Ariadne. Noon pa niya binalak na pumunta sa island beach resort na iyon ngunit hindi siya makahanap ng pagkakataon sa dami ng mga naka-lineup niyang gawain. And now he'll be able to do that because of Britanni.

How lucky was he?

Kumatok siya sa pintuan ng opisina ng Dean ng kanilang departamento bago pinihit ang seradura at binuksan iyon. Nadatnan niya ang sadya na nakaupo sa swivel chair nito at seryosong nagbabasa nang mag-angat ng tingin at makita siya.

"Cane. This is a surprise. Sit down."

Ezekiel Dalton is a good friend of his eversince College. Hindi sila ganoon kalapit sa isa't-isa ngunit hindi rin naman magkaaway o nagtuturingang estranghero. The last thing he'll want to do is to sabotage their friendship by his association with Britanni, kahit pa kaya niyang isugal ang pagkakaibigang iyon para lang ipaglaban ang bawal na relasyon nila ng dalaga.

Subalit hangga't maaari ay ayaw niyang gawin iyon.

"I need to talk to you about something."

Kumunot ang noo nito and then once again gestured to the seat across his table. "Go ahead. Nakikinig ako."

Nanatili siyang nakatayo, pinipigilan ang pagliligalig dahil hindi siya mapakali hanggang sa hindi nakakarating dito si Britanni. "It's about me and that girl in my Sexual Orientations class, the one I referred to you. Her name's Britanni Knight."

"Ah yes. I remember her. I talked to her other professors, ask about how she's doing with them. I think she's pretty good considering this is her first year in grad school. Looks to be intelligent and interesting to me."

Tumango-tango siya sa mga sinasabi ni Dalton, all the while worrying why she wasn't in here yet. "It's something a bit personal, Zeke. I didn't want to pull strings especially not on you but I need you to look at this on a personal level."

And as if on cue ay may biglang kumatok sa pintuan. Bumukas iyon at sumilip si Britanni sa maliit na awang. "Can I come in?" tanong nito kay Ezekiel Dalton na bagaman at nagugulumihanan ay tumango.

Britanni let herself in and stood beside him. Sa puntong iyon ay nakahinga siya ng maluwag. He was glad she's finally here at sa ganoong paraan ay nabawasan ang kaba't pangamba niya sa pakikipag-usap kay Ezekiel.

"Okay. So ano'ng kaguluhan ito, Anthony?"

Saglit silang nagkapalitan ng tingin ni Britanni. At sa palitang iyon ay nagkaroon sila ng tahimik na unawaan.

He will talk. She will support him.

And he loved that she understood he needed to retain that part of control outside their intimacy. He loved that she understood how much he needed her to give him something to do, some role to play and a task to accomplish.

"Papaalalahanan lang kita na bago ko siya i-refer sa 'yo, hindi pa nangyayari ang lahat ng sasabihin ko ngayon."

"Ano'ng ibig mong sabihin?" takang tanong ni Professor Dalton. "Quit beating around the bush, start talking. Naguguluhan ako sa 'yo."

"We're in an official relationship. I know it's not right," agad niyang sabi nang magbuka ng bibig ang kaharap upang malamang ay tumutol. "I know my limits and my boundaries. Don't read me the riot act because before anything else, I know the code of ethics in my duty. That's why I shipped her off of my class before we take the big plunge.

"Kiel, I need you to back me up on this. I did the necessary caution. Hindi ko pinahalata kahit na kanino ang namamagitan sa amin. Wala pa akong nagagawa at naipapasang grade niya dahil nag-uumpisa pa lang halos ang klase ay na-drop na niya ang course ko. I don't see the problem but that we managed to break the law of associating with students. Pero may mga excemptions naman 'di ba? I'm asking this to be one of those, Kiel. Please."

Naramdaman niya ang init ng palad sa kanyang kamay. He glanced down and saw her interlacing their hands together. Marahil ay natunugan nito ang kanyang nararamdamang unease. He even said 'please' to the guy.

Mahalaga sa kanya ang pag-abruba ni Ezekiel Dalton sa relasyon nila ni Britanni. He'd be a big help kung sakali mang magkaroon ng trial sa Faculty nang dahil dito. Ayaw niyang daanin sa dahas ang pakikipag-negosasyon sa unibersidad. He's thinking of Britanni's future career and not his. Marami siyang pwedeng gawin kapag tinanggal siya ng unibersidad bilang guro pero si Britanni?

Isa lamang sa dalawang eskwelahan na may grad school ang nag-aalok ng programa ng Human Sexuality pagdating sa pandalubhasaang pag-aaral dito sa Pilipinas. Mahihirapan si Britanni na humanap ng panibagong eskwelahan at rekomendasyon para makapag-aral ng parehong programa sa ibang bansa. Kahit pa kaya nila'y hindi niya isusugal iyon. Ang ganoong klase ng dumi sa records ng isang mag-aaral ay paniguradong magiging sanhi upang tanggihan si Britanni ng ibang universities sa Abroad.

He wanted to just up and leave the university. Because after all, matagal naman na talaga niyang binabalak na tumigil sa pagtuturo. It just happened that that decision came into focus sa pagdating ni Britanni sa buhay niya. But the stubborn woman didn't want him to resign. Minsan tuloy ay hindi niya alam kung saan lulugar kapag nasa iisang seminar lamang sila ni Britanni.

"Those excemptions are different, Cane. Maricel and George were already husband and wife before Maricel enrolled for a PhD. Your case is different. Dito kayo nagkakilala. Dito kayo nag-associate. Pananagutan mo ang estudyante mo, Anthony. And you made her your girlfriend for goodness' sake!"

"Technically," Britanni's calm voice broke the tension for the first time in that conversation. "The uh, what d'you call it?—association—started outside of the university's premises. We met at a club, we fucked each other's brains out and I don't have to explain that to you, professor, because clearly you know about the birds and the bees—"

Bago pa man matapos ni Britanni ang pamimilosopo ay agad na niyang tinakpan ang bibig nito. Nanlalaki ang mga matang tumingin siya kay Ezekiel Dalton, naghihintay na singhalan sila nito't palayasin sa opisina. But what happened next is what he didn't expected the most to happen.

Tumawa ito.

Professor Ezekiel Dalton laughed. At Britanni's sarcasm.

The fuck...

"Kiel? Uh... I think... Are you, by any case, intoxicated?" baka kasi nakainom naman ang loko o may sininghot na katol kaya't nagkakaganito. "Kiel."

He snorted at piniit ang mga susunod pang pagtawa. "I'm-I'm fine. God. It's been so long since I've had a laugh like that. Thank you, Miss Knight."

Tinanggal ni Britanni ang kamay niya sa bibig nito at tinaasan ng kilay si Professor Dalton. "I think somehow you're in over your head."

"Yeah?" He chuckled at mayamaya'y ngiti nang nakikipagkamay kay Anthony. "Okay, I'm sold. I'll try to work this out with the faculty. I'll let you know kung ano'ng mapag-uusapan namin."

That's it? Gano'n lang kadali?

Nagpalitan silang muli ng tinginan ni Britanni. Nakataas pa rin ang kilay nito at ngayo'y nagtataka na at nangunguwestyon ang mga mata. Napailing siya, hindi alam kung ano'ng sasabihin. Kung ginu-goodtime lang sila nitong si Ezekiel ay makakatikim talaga ito ng sapak sa kanya. He'd been stressing about this for weeks. This is too good to be true.

"I'm not kidding." Nakangiting sabi ni Ezekiel Dalton nang marahil ay makita ang pagsususpetya sa kanilang mga mata. "I swear. I'll work this out with the faculty. Seryoso ako, Anthony. Masaya ako para sa 'yo."

That, he didn't doubt. Kaya't tumango na lamang siya bilang tugon. "I'll see you after two weeks then."

Amusement twinkled in the professor's eyes. "Ah. Vacation, I suppose?"

"Yes. Ariadne Island in Davao. Pagma-may ari 'yon ng pamilya ni Britanni. Annual founding celebration next week, naimbitahan kami."

Bumaling ito kay Britanni ng nakangiti. "Really? Would you perhaps recommend it for a peaceful experience?"

"Definitely. Tahimik sa Ariadne, Professor. I'll give you a discount if you decide to go there."

"That'll be cool, thank you."

Nagpasalamat sila sa butihing Dean bago dumeretso sa parking area kung saan naroon ang nag-iisang Avanza ni Anthony. He urged Britanni to take it with her ealier dahil ayaw niyang nagko-commute ang dalaga. He was contemplating buying her a car pero gaya ng laging sinisinghal sa kanya nito, he needed to ask her permission first.

He learned the hard way that Britanni loathe surprises.

"We have to be at the Airport by four Am later, Anthony." sabi ni Britanni mayamayang makalayo na sila sa unibersidad at nagba-byahe na pauwi.

Sumulyap siya kay Britanni, kunot-noong hawak nito ang telepono at may kinakalikot doon. Lihim na napangiti siya sa sarili. She probably still couldn't get how her phone works.

"Ilang oras ba ang iba-byahe natin mula rito hanggang Davao?"

"More or less two hours. Ang flight schedule natin eh four thirty in the morning. So if you need something else pwede naman tayong dumaan muna sa department store."

"No, I'm good."

And he'd been so ready for this much needed vacation. He really needed this. Like yesterday.

"HOY, kaunting respeto naman sa mga walang sex life at love life!" kunwaring sigaw ni Deanne. "Nakakainsulto kayong dalawa, ah."

Natatawang binato ni Britanni ng unan si Deanne samantalang ramdam niya ang pagngiti ni Anthony sa kanyang leeg. Marahil ay naging mababaw lang ang tulog ng binata kaya't agad itong nagising nang kumilos siya.

"Gisingin mo na si lover boy. Malapit na tayo."

Gamit ang nakapulupot na braso sa bewang ni Anthony ay marahan niya itong tinapik. "Stop pretending you're asleep. Narinig mo ang sinabi ni Deanne."

Chuckling, iniangat nito ang sarili mula sa pagkakahilig sa kanya. "It was so comfortable in there I contemplated not waking up."

Natawa na rin siya habang si Deanne naman ay umiiling-iling na lamang.

Dumaan ang sinasakyan nilang van sa bayan kaya't halos dalawang oras din bago nila marating ang isla ng Ariadne. Sinalubong sila ng malaking kahoy na gate na bukas at dinekorasyonan ng kung anu-ano'ng kulay ng banderitas at mga tali. Maging ang mga crew na kumuha ng bagahe nila ay nakasuot din ng makulay na damit at kakatwang summer hat na may mga samu't saring prutas sa ibabaw.

"Woah. Party organizing gone bonkers."

Tumawa si Deanne sa pagkamaang niya. "Gaga ka. They're into the festive. Hayaan mo na nga lang."

Sa huli'y hindi na lamang siya umimik at sinundan na lang ng tahimik ang mga crew. Anthony on the other hand was grinning beside her, seemingly amused that she's making fun of the decorations sa lobby ng isla.

They needed to take a cart to transport them to the very end of the island kung saan isolated at pribado ang lugar. There was a marble pool overlooking the blue sea at sa hindi kalayuan ay ang mga malaking cottages at mga hammock swings sa mga malililim na parte. There were a couple of restaurants and some shops na naroon at nakahilera ngunit hindi kasing dami ng nasa main island.

Inihiwalay sila ng cottage kay Deanne at dinala sa may kanang bahagi ng parteng iyon ng isla. The cottage was like a house. It was complete with sofa sets, luscious bedroom, dining area and kitchen, a vast living room, an overlooking terrace and appliances. The parkett floor was all polished and ready for guests. Even the small fridge is full of supplies.

Sa tagal niyang hindi umuwi ng Ariadne ay hindi niya halos namalayan kung gaano kalaki ang ipinagbago ng islang ito.

"Mas gusto mo ba munang magpahinga o mag-almusal?" tanong ni Anthony mula sa kwarto na pinasukan nito kanina upang ayusin ang mga bagahe nila.

Lumabas siya mula sa terrace at hinanap ang binata. Inabutan niya itong nagtatanggal ng butones ng polo shirt. Nag-angat ito ng tingin nang marahil ay maramdaman siyang nanonood.

Walang imik na lumapit siya kay Anthony bago kinuha rito ang gawain. Sa bawat butones na tinatanggal ay sinasadya niya ang isayad ang mga daliri sa hubad nitong dibdib pababa. She heard him caught his breath everytime the pad of her fingers touches his bare skin.

"I'd rather eat you first."

"I'd rather let you eat me too," he agreed huskily. "But I suggest we see your relatives first."

Iyon din naman ang naisip niya kanina. Pero nitong mga nakaraan ay sobrang dali niyang maakit kay Anthony. Sometimes it felt as though she was treating him as a sex slave instead of a lover or a sub. It made her feel guilty. Pero sa huli, kapag nakikita niya kung paanong naiibsan niyon ang tensyon ni Anthony at nababawasan ang pagsasarado nito ng puso sa kanya'y nawawala na rin ang guilt na iyon.

"Let's stay here," saka niya sinundan iyon ng halik sa kaliwang balikat nito. "Dito na lang muna tayo hanggang tanghali. Maaga pa naman."

"O-Okay. Okay, that's fine with me."

Sinadya niyang dahan-dahang hubarin ang polo ni Anthony. She wanted his madness, his eagerness to make love to her.

Kumilos ang kamay ng binata at akma itong ilalagay sa laylayan ng kanyang palda nang kagatin niya ang baba nito bago sabay na dinila-dilaan ng dahan-dahan. "No. No touch this time until I tell you to. Hands on your back, baby."

"But—"

"Either you follow me or we go out there and eat a real food instead."

Mabilis na inilagay ni Anthony ang mga kamay sa likuran at walang imik na ibinaba ang paningin. Alam ni Britanni kung ano'ng makikita niya sa mga mata ng binata kapag iniangat niya ang mukha nito upang sumalubong ng tingin.

Defiance.

She was working on him—albeit a bit slowly. Hindi naman niya pwedeng biglain si Anthony. He can be a submissive, napatunayan na iyon ng binata ng ilang beses. Ngunit sadyang takot lang itong umamin sa sarili na may mga bagay itong ninanais na para sa normal na mga tao ay nakakahiya at kakatwa. She wasn't pushing him but she's definitely encouraging him to do that. That's two different things.

"Very good." She whispered in his ear and returned with dropping kisses along his naked torso. "You're getting good with following instructions."

Ungol lamang ang tanging naisagot ng binata. Ilang sandali pa'y ibinaba niya ang mga kamay, nilibot ng daliri ang paligid ng zipper ng suot na pantalon ni Anthony. Nagsimulang tumaas ang tensyon sa katawan nito, his stance anticipating, waiting.

Then deftly, she undid the button. The garters of his brief appeared and she traced it with her fingers. She heard a sigh at hindi sadyang napangiti siya. He was really so adorable she doubt she'd get enough of him even if it was a lifetime.

Pero sa kasamaang palad ay magwawakas din naman ito. Hinihintay niya lamang iyon. At sana, sa pagwawakas nito ay makakapagbaon siya ng sapat na alaala upang pagkasyahin ang sarili niya hanggang sa muli siyang makatagpo ng kagaya ni Anthony. Iyong walang baggage, iyong handa siyang mahalin at pagkatiwalaan. Because in the end ay doon din naman hahantong iyon. Love. Kailangan niya ng taong magmamahal sa kanya at hindi ng kung sinumang tatratuhin siya bilang isang dominant na makakapagbigay ng kinks sa mga ito.

Anthony is just a phase. And she will survive him. She needed to survive him if this all came to an end.

"Please, Britanni..."

Hindi niya alam kung ano'ng ipinapakiusap ni Anthony. And by looking at his tight clenched eyes ay mukhang hindi rin nito alam kung ano'ng ipinapakiusap. Ngunit sa kabila niyon ay hinawakan niya ang dulo ng zipper ng pantalon nito at ibinaba iyon, letting the garment slid down his strong thighs and became a heap of clothing at his feet.

Her heart raced when she saw the bulge throbbing in its confinement. Something palpitated inside her. She loved that she can spark this kind of desire from Anthony. The only thing she's praying is that Anthony would feel their connection too like she did every damn time they share the same pleasure.

"Now what is this huge bulge in your underwear, baby? This looks so dangerous."

Nagmulat ito ng mata and she bit her lip at how sexy his dazed eyes were when it opened and greeted her. "You'd better touch it. It's very very angry right now."

Hindi niya napigilan at napabunghalit siya ng tawa. Niyakap niya ang binata at masuyong ibinaon ang mukha sa kaliwang leeg nito. "You ruined my mood." Tumatawa niyang pahayag.

Hindi man niya kita ay ramdam naman niya ang pagkunot ng noo ni Anthony. "What? It's true. You made me very angry. It's very unfair kung papabayaan mo lang ako sa ganitong estado."

"But I don't want to make love anymore right now. I just want to cuddle."

It was a test, she admitted that to herself. If whether or not Anthony is only using him for pleasure and for fulfilling his weird kink with pain. Alam niyang unfair iyon para sa binata. But this is making her crazy. Hindi niya alam kung saan lulugar. Kung hahayaan ba niya ang sarili na mahulog dito o h'wag na lang mag-abala pa.

Damn. This is so irritatingly confusing.

"Okay. Let's cuddle then. Can I free my hands now?"

Napabuntong hininga siya at waring nakahinga ng maluwag kahit na papaano. She silently nodded. At walang kaanu-ano'ng binuhat siya ni Anthony saka sumampa sa kama. He threw himself lying down and her atop him. It was as if he was silently acknowledging her change of mood when he brushed her hair gently with his fingers. And she loved that he understands kahit pa hindi niya sabihin.

"I'm sorry." Kagat-kagat ang pang-ibabang labi ay sabi niya.

"For what?"

"For seducing you then leaving you hanging. I don't normally do that. I'm sorry."

Matagal na katahimikan. Ngunit hindi tumigil ang mga daliri ng binata sa paghaplos sa kanyang buhok. Pagkatapos mayamaya ay bumuntong hininga ito, gamit ang isang kamay na kanina'y nakapulupot sa kanyang bewang ay iniangat ni Anthony ang kanyang mukha upang salubungin ang kanyang mga mata.

"Let me be honest to you, Britanni. I am not with you just because of sex. While I enjoy that certain ability of yours to be wild and dangerous in bed, I want you because of you. Kung iniisip mo na nananatili ako rito dahil sa sex then you're wrong. I can feel the wheels turning on your mind kanina pa and I didn't like it. You want me to be open and honest to you then do me the same courtesy."

Naitikom niya ang bibig at napamaang sa sinabi ni Anthony. That, she didn't expected. Kaya naman kahit na subukan niyang magsalita ay wala siyang mailabas. And she guessed that Anthony knew that. And he was taking advantage of that too.

"Now before I go ahead and make the colossal mistake of falling in love with you, mind telling me if there's anything I should know that would risk my heart to be in danger in your hands?"

Napanganga siya. Sa gulat ay hindi niya namalayan ang sarili na umiiling.

"N-No. No, go ahead, fall in love..."

Holy shit. There's just a few ways you can shut a dominant's mouth up. And surely, this is one of them.

KABANATA XI

ASAR NA hinampas ni Britanni ang kamay ni Anthony na senswal na naglalakbay sa gilid ng kanyang likuran. Kitang-kita niya ang mapagbirong ngiti sa mga labi nito sa salamin ng banyo. Nasa likuran niya ito, one hand holding the untied strap of bikini in her neck and the other shamingly roaming around her naked back.

"Stop playing, Anthony. Hinihintay tayo nina Deanne kanina pa." Reklamo niya nang hindi ito tumigil sa paghaplos sa kanyang likuran.

"Ikaw ang may gustong manatili tayo sa kwarto hanggang sa magtanghalian. Shouldn't that be your fault?"

Tinaasan niya ng kilay ang binata. "Well, you enjoyed it, Cane. So stop playing, just tie the damn strap."

Tumatawang sinunod nito ang ipinag-uutos niya. "So bossy."

"Dominants are bossy, professor."

"Yeah, I suppose."

Ngumiti si Anthony. Napangiti rin siya. They look so stupid, grinning at each other like that. But in her hearts of hearts, may kung ano'ng gumaan doon and she was guessing Anthony felt that lightness too.

Makalipas ang trenta minuto ay hawak-kamay na silang naglalakad patungo sa isa sa tatlong restaurant na malapit sa kanilang cottage. Nasa terasa na si Deanne at kinakawayan silang dalawa. She smiled and waved in return. Pag-akyat nila sa pangalawang palapag ng restaurant ay nadatnan na nila ang mga pinsan niya't ang kanyang Auntie at Uncle na nakaupo't nag-aalmusal na.

"They're here!" anunsyo ni Deanne nang makita sila na naging sanhi ng paglingon ng lahat sa kanila.

Sinalubong siya ng yakap ng tatlong teenager niyang mga pinsan, sina Aries, Virgo at Pisces. Ang iba naman ay nagtayuan lang at isa-isang yumakap sa kanya nang makalapit siya. Bukod kay Deanne, present din ang mga lalaki niyang pinsan na sina Kei, ang kambal na sina Inigo, at Ivo at ang nag-iisang babae na si Kayla.

"Kayo lang ho?" tanong niya sa kanyang Auntie makaraang bumeso rito.

"Nasa Ilaya pa ang iba. Sa susunod na linggo na raw sila pupunta para hindi na sila makaabala sa paghahanda ng mga crews. Alam mo naman ang mga iyon. Sakit sa ulo paminsan-minsan."

Tumango siya at naupo katabi si Anthony na nag-aalangan ang ngiti sa labi. Napakamot si Britanni sa likuran ng kanyang tenga gamit ang kamay niyang hindi hawak ni Anthony. "I'm sorry, where are my manners. This are my Uncle and my Auntie and my cousins." Ipinakilala niya isa-isa ang mga pinsan. Malapad ang mga ngiting iginawad ng mga ito kay Anthony maliban sa Uncle niyang nakakunot ang noo at pinagmamasdan ng mabuti ang binata. "And this is Anthony Cane, my boyfriend."

Hindi na nagulat ang mga ito at sa halip ay pabiro pa nga siyang binabati.

"Sa wakas, Ate Britanni," nakangising pambubuska ni Aries. "May nagkamali nang magpa-under sa 'yo."

It had been a running joke in their Legion. Andres de saya raw ang mga magkakamaling pumatol sa mga Xyrin females. At gaya ng maraming pagkakataon, Deanne was always the one to dispute that claim.

"Hey," nakasimangot na pinalo ng dalaga ang katabi na humahagikhik lang. "Ang dami mong alam na bata ka. Hindi porke dominant si Legee o ako eh under lang ang papatol sa amin 'no. It depends on every man's kink."

"At ilang porsyento ang may kakatwang fetish na magpa-under, Ate Deanne?"

"Mga ten."

"Gano'n ba kadaling humanap ng lalaking makakasama mo habambuhay sa sampung porsyento na 'yon? Hindi 'di ba? Kaya under lang talaga ang mga papatol sa inyo." Pagkatapos ay tumawa si Aries ng malakas na tila lalong ikinapikon ni Deanne kung kaya't hinataw nito ng mas malakas ang pinsan.

"Tama na 'yan." Awat ng Uncle ni Britanni na syang ama naman ni Deanne pagkatapos ay bumaling sa kanila ni Anthony. "Paano kayo nagkakilala?"

Natigilan si Anthony sa pagsasalin ng pagkain sa kanyang pinggan. He looked at her as if asking permission to answer. Lihim na napangiti si Britanni at tinanguan na lamang ang binata.

"Sa Saint Andrews po. Nagtuturo po ako sa Human Sexuality Department. We met in my class."

Nag-iba ang timpla ng mukha ng kanyang Uncle. "You were her professor? But that's absurd! A student-teacher relationship is forbidden in every school!"

Britanni cringed in her seat. Kahit naman noon pa ay may pagka-istrikto talaga si Uncle Raymond. He was the typical dominant, she suppose. Kahit sa pagdi-disiplina sa liberate nitong anak na si Deanne ay nakikitaan ito ng ganoong ugali. They butt heads all the time dahil parehong dominant ang mag-ama. Sa huli'y wala rin namang nananalo sa dalawa. Nahihirapan lamang si Britanni palagi kapag siya ang naiipit dahil hindi niya alam minsan kung sinong kakampihan sa mga ito.

But now that she became the subject of this attitude ay hindi na niya halos malaman ang gagawin. She looks up to her Uncle for advises, yes. Pero hindi pagdating sa personal niyang buhay. Noong nasaktan siya sa huli niyang relasyon ay naging isang tahimik na suporta lamang sa kanya ang Uncle niya. He never berated her, never even blamed her for what happened. Pero ngayon...

Oh hell.

"Uncle, we started the relationship outside the premises of the university. Sa Clique kami nagkaroon ng interaksyon. Kaibigan siya ni Kuya." Pagrarason niya.

Bahagyang nabawasan ang asim sa mukha nito ngunit nakasimangot pa ring binalingan ng tingin si Anthony. "How old are you?"

"Uh... t-thirty four po." And although she finds it adorable when he stammer, hindi siya makangiti ngayon dahil sa pressure ng tingin ni Uncle Raymond sa kanila. Pinagkasya na lamang niya ang sarili sa paghaplos ng hita ni Anthony sa ilalim ng mesa. "Turning thirty five on September."

"You're eight years older than my niece? My goodness, Britanni, what are you thinking, young lady? What is happening to you?"

Lumunok siya't akmang sasagot nang maunahan siya ng nakasimangot na si Deanne. "Dad, it's the modern times. Age doesn't matter nowadays. Iyan ang sinasabi ko sa inyo, eh. Ayaw n'yo kasing iwanan ang Davao kaya't napag-iiwanan kayo ng panahon. Naku eh kung hindi ko pa kinumbinsi 'yang si Britanni na magpa-Maynila de sana mabubulok na 'yan dito na kagaya ninyo."

The subject of that cringe-worthy stare was now Deanne. "Ano'ng sabi mo? Britanni was perfectly fine here. She was learning how to lead our Legion nicely nang hilahin mo siya pa-Maynila at isangkot sa mga kababuyan n'yo ni Helion sa Clique."

"Hey, that's under the belt! Clique is a decent club, Dad! Wala kaming ginagawang ilegal do'n. And I was thinking of Britanni's future when I brought her to Manila. She was better off there. She's studying for a doctoral degree and she's funding the Clique because she knows how profitable the club is. Stop sprouting nonsense!"

"Aba't—"

"Will you two please stop?!" tila hindi nakatiis at napabulyaw si Auntie Eula. "Mahiya naman kayo sa bisita. Hindi nandito sina Legee para makinig sa sparring session ninyong mag-ama. They were here to eat their lunch in peace!"

Somehow, ang mga sumunod na pag-uusap matapos niyon ay naging kalmado na. And although Uncle Raymond's still has his sights on Anthony ay naging disente naman ang pakikitungo nito sa binata. He even encouraged him to hang out with Kei, Inigo and Ivo later tonight.

Nang tumayo sila ni Anthony upang magpaalam ay inihatid sila nina Uncle Raymond at Auntie Eula sa labas ng restaurant.

"We'll see you around, Legee." Nakangiting yumakap si Auntie Eula sa kanya at bumeso naman kay Anthony. "Take care of her, Anthony."

"I will, Ma'am."

Sumunod na niyakap ni Britanni ang kanyang Uncle. Again, he said something that made her cringe. "Sana hindi na maulit ang nangyari sa 'yo, Britanni. If that one's as bad as the other then I'm calling a stop to that before it escalates furthermore."

"Uncle—"

Ngunit bago pa niya matapos ang sasabihin ay binalingan na nito ng matalim na titig si Anthony. "I'm watching you, Mr. Cane. Kapag may ginawa kang hindi ko nagustuhan, buong angkan ng Knight ang makakalaban mo. Nagkakaintindihan ba tayo?"

But instead of being scared, Anthony only calmly nodded. "Yes, Sir, crystal clear."

"Good."

"Sige na, Uncle. Umakyat na kayo ulit at tapusin ang pananghalian n'yo. I'll see you guys around," at sapilitan nang itinulak ni Britanni ang mag-asawa papasok ng restaurant. "Byeee!"

Nag-aalangan na tumingin siya kay Anthony, hindi sigurado kung ano'ng sasabihin nito sa kanya matapos ang nakakatakot na meet-the-relatives scenerio nila kanina. Naiintindihan naman niyang hindi nila maiiwasan iyon pero kahit papaano'y nag-expect pa rin naman siya ng mainit na pagtanggap mula sa mga ito.

But then she didn't counted on the fact na magiging komplikasyon pala ang nangyari sa kanya sa nakalipas sa paghusga nila kay Anthony ngayon.

Magsasalita sana siya't hihingi ng pasensya nang walang kaanu-ano'ng pinindot ni Anthony ang ilong niya. Namilog ang kanyang mga mata at pilit na tinatanggal niya ang kamay nito sa kanyang mukha. He only laughed that served to irritate her more. In retaliation ay inilapat niya ang mga kamay sa pisngi ni Anthony at buong lakas iyong nilapirot. Sa sakit ay napasigaw ito't nabitawan ang kanyang ilong. She laughed, seeing how silly he looks like this with his cheeks stretched apart.

"You look like Squidward." Tatawa-tawa niyang pambubuska na ikinasimangot ni Anthony.

"You, little—" at bigla siya nitong binuhat na parang sako.

She laughed harder and in rebellion smacked his ass that made him yelp. Lumuwag ang hawak nito sa kanya at nagawa niyang bumaba mula sa pagkakakarga nito sa kanya bago tumakbo palayo sa binata. Hinabol siya nito samantalang nagdere-deretso siya sa tubig at sumisid.

Pagkaahon niya'y hindi na niya makita sa paligid si Anthony. She raised her brow, wondering where he went. Lalangoy sana siya pabalik nang may kung ano'ng humatak sa kanang paa niya na nakalubog sa tubig at hinila siya pababa. She struggled free and was about to punch whoever the hell it was pulling her down nang makita niya ang nakangising si Anthony sa tubig. Muli siyang umahon para sana bugbugin ang binata nang bigla naman siya nitong hinila at siniil ng halik ang kanyang labi.

He took her face with his hands, grinned inside their kiss. Nang halos mawalan na siya ng oxygen ay sapilitan na niyang itinulak si Anthony at hinampas ang hubad nitong dibdib. "You asshole! Don't do that again! Baka masapak kita!"

Natatawang nagkibit ng balikat si Anthony. "Pabor sa 'kin. You know how I love it when you hurt me."

Sinubukan niyang titigan ng matalim ang binata at magpanggap na galit. But the cheeky grin he was giving her was so adorable she couldn't resist laughing. And instead of hurting him all the more ay sumampa na lamang siya sa likuran nito at nagpa-piggy backride sa binata pabalik sa dalampasigan.

"I guess your ex sub did a number on you if they were comparing me to that bastard." Mayamaya'y sabi ni Anthony habang binabaybay nito ang dalampasigan.

She wrapped her arms around his neck more tightly and snuggled to his back. "Don't mind them."

Ramdam niya ang pagbuntong hininga ni Anthony. "What happened, Britanni?"

She contemplated lying. Ngunit agad-agad ay binagabag siya ng ideyang iyon. Anthony wanted to know what happened. It's not as if it was a hard limit for her. That was five years ago for goodness' sake!

She rested her chin above his left shoulder and heaved a breath, bracing herself for the long trip down to memory lane.

"I was twenty one when I had him. Eros. He was... kind of like you at first. An endearing dominant who likes to be a submissive for a change. I always thought he was a good submissive. He was never like you, you know. I had an inkling before that he deliberately opposes me to score a punishment. That's where the two of you differs. He does it intentionally and you don't.

"On the sixth month of our relationship I was already attached. I was planning to tell him that, talk and see if we could take the plunge to the next level. But as if he sensed it would come, he took off his collar, dumped it in the trash, grinned at me maliciously and sprout nasty things I'd never dreamt I'd be hearing from him."

Tumigil sa paglalakad si Anthony. Naramdaman niya ang tensyong nanuot sa kabuuan ng binata. Even his slight trembling was palpable that she was afraid he'd drop her into the sands. Fortunately he didn't or she'd certainly go apeshit on his ass.

"I'm not like him. I am *far* from being like him." He was seething. Halata sa tinig nito iyon. At nauunawaan niya kung bakit. It probably felt to Anthony like they were comparing him to Eros.

"No, baby, alam ko 'yon. I know that very well."

The tension eased as if what she said were the magic words. Nag-resume sa paglalakad si Anthony karga siya at kunwari'y wala lang na nagkibit ng balikat. "Baka lang hindi."

Palihim na lamang siyang napangiti at hindi na nagsalita.

"I'M SO drunk." Tumatawang sabi ni Anthony habang ma-tyagang isinasampa ni Britanni ang mga paa nito sa kama. "Very very drunk. And I want to make love to you while I'm drunk."

Natawa siya't tinabihan ito sa kama. He was watching her with that dazed eyes. He's probably seeing stars right now instead of her squeezing a wet cloth on the basin to drain it of water. "At that state, baby, I doubt you could still get it up."

"I can, I can!" he eagerly told her like a child insisting his Mom to buy him that toy.

Muli siyang natawa. Idinampi niya ng marahan sa noo ng binata ang basang tela at dumukwang upang humalik dito sa labi. "I'd rather try tomorrow."

Sumimangot ito ngunit sa huli'y kusa ring umangat ang ulo upang paghinangin ang kanilang mga labi. Pagkatapos mayamaya'y tumitig si Anthony sa kanya at sinabing, "I'm drunk."

Napangisi siya. "That, you are, baby."

Thirty four years old and the man can't hold his liquor. Mas nauna pa nga itong bumigay kaysa sa mga pinsan niya. She'd been helping

Deanne to organize the festivities kung kaya naman pumayag siyang iwanan si Anthony sa mga kamay nina Kei, Inigo at Ivo. Hindi naman niya kasi alam at hindi siya na-inform na balak lasingin ng mga ito si Anthony.

Wala siyang pagpipilian kanina kung hindi tulungan itong tumayo at pagtiisan ang kahabag-habag nitong pagsubok na kumanta ng isang kantang hindi naman niya mapagkilanlan. Ngunit base sa tono ng kantang iyon, she realized then that she was very lucky to be born on a generation where hindi nagtutunog kundiman o pampatay ang mga kanta.

"You should punish me." He slurred, trying to kiss her wrist nang mapadpad sa pisngi nito ang basang tela na ipinupunas niya sa binata. "I'm a very very naughty boy. I got drunk."

"I see that. But you're not up for punishing tonight, baby. Perhaps tomorrow morning."

Kumunot ang noo nito at tuluyan nang nagusot ang mukha. "Why are you so concerned?"

"Huh?"

"Don't pretend like you care. Use me if you want to use me. Just don't pretend to care about me because I know you don't! Nobody ever did!"

Pagkatapos ay tinalikuran siya ni Anthony at iniwan na nakatunganga't nalilito. What he said just now was a big chunk of information, she knew. She understood that Anthony is a stubborn man pero pati ba naman hanggang sa pagkakalasing nito'y mananatili iyon? Why couldn't he just talk to her properly?

Inis man ay pilit pa rin niyang isinantabi iyon upang dumukwang at masuyong yakapin mula sa likuran ang binata. His bare back pressed against her chest, she dipped her head to brush her lips across his ears.

"Galit ka, baby?"

Hindi sumagot. But she was well aware he was awake.

"Anthony." untag niya sa binata. "Dali na, baby, h'wag ka na magtampo. Talk to me, Anthony. C'mon."

"You don't care about me." Halos pabulong na sabi nito that she had to strain to hear it.

Napakunot siya ng noo. Why would he say things like that to her? Of course she damn well cared! "I do, Anthony. Of course, I care."

"No!" bumalikwas ito pakaliwa at hinarap siya. Kita niya ang pag-aapoy ng mga mata nito ngunit kasama niyon ang iba pang emosyon. Takot. Pangamba. Pag-asa. "N-No... no, you don't."

Pabuntong hininga niyang ikinulong sa kanyang mga palad ang mukha nito at inilapit sa kanya. She caressed his cheeks with her fingers, running her nose up and down against his. "Hindi ko alam kung ano'ng tumatakbo sa isipan mo ngayon, Anthony. But this is so silly, baby. Lasing ka. 'Tapos gusto mong parusahan kita. No'ng tumanggi ako, ipinipilit mong wala akong pakialam sa 'yo. Seriously?"

Again, his face crumpled into confusion. "Yeah. It sound... sounds wrong."

She'd laugh if he doesn't look so goddamned serious. "So why would you tell me that? Why insist that I'm pretending to care for you?"

"Because no one else ever did. They all don't care. They all want something from me. They all don't care that I'm hurting. They all don't care that I can read a book upside down, that I play fencing, that I'm good with chess. They all don't care about that. And... and..." nagtungo ito ng ulo, isiniksik ang mukha sa kanyang leeg na tila nagtatago. "*And I want them to care.*"

Oh, Anthony...

She doesn't know what to do with his drunken confession. He's spilling his guts to her, opening his soul a little. Ito na iyong sandaling hinihintay niya. But that didn't lessen the ache and tightness she was feeling in her chest at hearing those words coming from him. She couldn't imagine Anthony hurting over that little fact nobody seemed to care about what he does and what he likes to do. She had always thought of him as the strong, independent one.

"Me." Masuyo niyang sinabi, hinahaplos-haplos ang braso nito. "Me, I care. And I will always care, baby. If you refuse to believe anything else then believe that. I care about you, okay?"

"Really?" his voice was so full of hope, his eyes shimmering with expectation and unspoken pleasure. "You won't leave me?"

Nakangiti siyang umiling, meaning her answer from the very start. "No, baby. I will *never* leave you."

KABANATA XII

FOR THE next couple of days, they had fun staying at the island. Nalibot na nila halos ni Anthony ang kabuuan ng isla at ang bayan sa labas nito. They had fun trying to dive, snorkel and sail across the vast sea of Ariadne. Nakilala na rin ng binata ang ilan sa mga natitirang miyembro ng Xyrin Legion na nasa Davao at hindi pa tumutuntong sa Maynila.

They had a fun week all in all. And in fact, mukhang mas lalong tumitibay ang kanilang koneksyon sa paglipas ng mga araw. Hindi naman na kataka-taka dahil nagsisimula nang mag-open up si Anthony sa kanya. At natagpuan niya na habang hinahayaan ng binata ang sariling maging open sa kanya ay lalong nagiging madaling i-handle ito bilang submissive.

He had stop disobeying her. There were times he did, trivial matters like tickling her when she didn't wanna be tickled. (What? It's pretty damn annoying.) Or answering Kaizer's messages without permission. Pero bukod doon ay wala siyang kaproble-problema kay Anthony. He was getting easier to handle now. Madali nang abutin, nagiging madali na ring basahin.

Alam na niya ngayon kung paanong kakapain ang mga limits ng binata. She found out this past few days that he didn't want to talk about his experience in Afghanistan. In fact, any mention about it would have him diverting the scene into a sexual foreplay where he would kiss every part of her face and body that he could. Cue na sa kanya iyon para huwag nang balakin pang lumampas sa limit na iyon ni

Anthony. Hinahayaan na lamang niya itong gawin ang kung anumang gustuhin as long as she wouldn't get pissed off about it.

And now here they were, relaxing at the pool overlooking the vast sea of Ariadne.

Pinapanood niyang lumangoy si Anthony ng pabalik-balik sa may kalakihang six feet marble swimming pool samantalang siya'y nakatayo lamang sa sulok, takot na languyin ang malalim na parte ng pool. She was, after all, a mere five footer. Not a good swimmer and never will be. Iyon naman talaga ang isa sa mga bagay na hindi niya kayang matutunan sa kabila ng paglaki niya sa isla ng Ariadne sa Davao. She sucks at swimming.

Napapitlag siya mula sa pag-iisip nang mula sa ilalim ng tubig ay lumitaw si Anthony at binuhat siya. "Lookie here! I've caught a real life mermaid!"

She snorted at hinampas ang braso ni Anthony, her palms hitting the bulging muscles she admires. "That's funny, Professor. Now put me down."

Eyes glinting in amusement, tumingala ito sa kanya at sinalubong ang kanyang mata. "Paano kung ayoko? Would you punish me?"

Naningkit ang mga mata niya. "No. I won't. Pero kung ibababa mo ako, I have something better than that in mind."

Mabilis pa sa alas kwatrong sumunod si Anthony at maingat siyang ibinaba. Her feet touched the cold tile of the pool. He was looking at her in anticipation, naghihintay sa kanyang susunod na sasabihin.

It amused her, really. To think na ang kagaya ni Anthony na matigas ang ulo at hindi naman naka-programa sa sistema ang pagsunod sa mga nilalang na may X Chromosome ay naghihintay ng utos niya—unbelievable. Kaya nga siguro gulat na gulat ang mga kaibigan niya nang makilala si Anthony. They knew and saw instantly what Anthony was capable of doing.

Pero para lamang sa kanya'y isinugal nito ang kontrol na iyon. Para makasama siya. Para lamang makasama ang isang tulad niya.

"This pool is good, don't you think?"

Bahagyang sumimangot ang mukha ni Anthony, marahil ay nagtataka sa kanyang sinabi dahil sa halip na simulan kung anumang binabalak niya'y mas pinili niyang pag-usapan ang swimming pool.

"Yeah?"

"Just imagine having to make love to me in here." Nakangisi niyang sabi na nagpalaki ng mga mata ng binata sa gulat.

Nagpalinga-linga ito, his Adam's apple bobbing up and down while gulping nervously. "Baka may makakita sa atin."

Umiling si Britanni, masuyong ipinulupot ang mga braso sa leeg ni Anthony at inilapit ang sarili sa katawan nitong ang tanging saplot ay ang swimming trunks lamang na binili nila noong isang linggo sa souvenir shop sa isla.

"Nah. At kahit may makakita, would you really mind that much, baby?"

She felt something hard poked her belly. At napangiti siya ng lihim doon. She could see it excited him, the thought of someone seeing them.

God, nasisiraan na sila ng bait. Thinking of making love in the pool, on broad daylight, risking anyone seeing them.

It's official. She'll burn in hell for this.

"And I promise," bulong niya sa tainga ni Anthony, seducing him more. "I'll have the crews drain the water immediately after we use it."

At marahil nang hindi na maatim nito ang maghintay at magpatumpik-tumpik ay agad na siyang kinabig sa beywang, dropping his head into the crook of her left shoulder. "Okay, I'm sold. Ano'ng gagawin ko?"

"Ano'ng gusto mong gawin?" balik-tanong niya rito, for once thinking of slightly giving him the control to fulfill some of his fantasies and do what he wants to do.

May kalituhan sa mga matang tumingin sa kanya si Anthony. Tila inaalam kung nagbibiro ba siya o hindi. Ngunit tahimik lamang siyang naghintay ng sagot.

"You. I want to do you. I... I want to eat you, Britanni. Can I, please?"

Oh God, adorable. Para siyang ice cream na natunaw nang dugtungan ni Anthony ng paghingi sa kanya ng permiso upang gawin ang nais nito. It was as if it came as a knee-jerk instinct for him to do so. Nasasanay si Anthony. And she was so happy, she just nodded her assent.

"Tell me what to do." He said, as if lost without her orders.

It felt like her heart just did a somersault in her ribs. Holy hell...

"In the water." She breathed, her voice thick with desire. "I want you in the water. Can you do that?"

Sunod-sunod na tumango si Anthony at hindi na naghintay pa ng ibang instruction, mabilis itong sumisid. At sa ilalim ng tubig ay ginagap ng binata ang kanyang baywang. Napahawak si Britanni sa magkabilaang dulo ng marmol na nasa likuran niya habang ramdam ang pagdulas ng kanyang pang-ibaba sa ilalim ng tubig. Hindi niya makita ng malinaw kung ano'ng ginagawa ni Anthony. But she could see his head on level with her hips, she could feel his warm hands against the bare skin on her thighs.

At pagkatapos ay napasinghap siya nang dumampi ang mainit na labi ng binata sa parteng pinakaaabangan niya. He started with slow licks, just enough to tease her tiny button. She could feel him dropping her kisses, as if silently worshipping her. Then gradually he started suckling, enjoying her core as if he was sucking a mere lollipop. As if he couldn't get enough of her.

Napahawak siya sa ulo ng binata, nalilito kung itutulak ba ito o hahapitin pa ng mas malapit sa kanya. Napsinghap siya nang itaas nito ang kanyang kaliwang hita at iangkla sa kanang balikat to get a better access to her wet sex.

Hindi niya na mapigilang mapaungol. She disregarded the fact that anyone passing by could hear her and figure out what they were doing. Hell. She wasn't even sure now where they were. Ang tangi lamang niyang nararamdaman ay si Anthony. Ang bibig at dila nito na pinapaligaya siya't binabaliw sa sensasyon.

"Oh. Oh. Oh, Anthony!" Britanni finally cried out as she gripped his hair tighter in ecstacy.

It was as if it only made Anthony's mouth so eager to pleasure her, lick her folds and thrust his tongue in and out of her core until she could feel herself shuddering beneath his unrelenting assault. Tila hindi pa ito nakukuntento nang matapos ang pangingisay niya. She just couldn't take much more and that was why she pulled him up out of the water.

Nang umahon ito mula sa *pagsisid* (double entendre at its finest) ay naghahabol ng hininga ang binata. Britanni was so turned on and so madly in love with what he just did that she couldn't resist framing his face in her hands and kissing his mouth—his magnificent mouth that gave her one hell of an orgasm—in appreciation.

Ngunit sa pagkalito'y nakasimangot ito ng bahagya nang tumigil siya sa paghalik. "I want more. I'm not finished yet."

With that, she felt something inside her being shredded away bits by bits. Para siyang nahuhulog ng paunti-unti. At hindi niya alam kung ikatutuwa ba niya iyon o hindi.

"Nakikita ko 'yon, baby. But then I want you now. Inside me. Don't you want that?"

"I do." Nakasimangot pa rin nitong sagot. "Pero gusto ko pa."

"You'll have more next time I promise. Now lift me up." Nag-aalangan man ay sumunod ang binata. Walang kaeffort-effort na ipinulupot nito ang mga braso paikot sa kanyang beywang at binuhat siya. He hooked her thighs around his waist before looking at her for further instruction. Napangiti siya at nagdampi ng halik sa dibdib ni Anthony. "I love how strong you are."

"I love how soft you are." Ganti nito na masuyong ibinaon ang mukha sa kanyang kaliwang leeg at nilanghap-langhap siya roon. "I think I'm falling in love."

May kung ano'ng dumukot sa puso ni Britanni nang mga oras na iyon at pinisil-pisil ang tumitibok na parteng iyon ng kanyang anatomiya.

Falling in love.

If this is what falling in love feels like then damn. She's in a lot of trouble. Because she was *deeply* falling in love with Anthony too. Maddeningly. Sickeningly.

"Me too." Natagpuan niya ang sariling sumasagot sa binata. "Me too, Anthony. Me, too."

How could she not fall for this broken man? Sa kabila ng lahat ng emotional baggage na dala nito at sa kabila ng lahat ng sikretong kinikimkim ng binata ay hindi niya kayang mapigilan ang kanyang sarili na mahalin si Anthony sa bawat paglipas ng mga araw. She wanted to take care of him. Take away his fears and hurts. She wanted to love the pain away. She wanted to be beside him, period.

Wala siyang ideya kung paano gagawin ang lahat ng iyon. But she will do it. There's really no option. Pakiramdam niya'y mababaliw siya kapag nawala sa kanya si Anthony.

"Now guide yourself inside me, baby. I want to feel you now."

He obliged so endearingly she couldn't help but smile. Ibinaba nito ang trunks na suot gamit lamang ang isang kamay samantalang iyong isa ay nakasuporta sa kanya. She felt him touch himself and his chest vibrated with a groan when his palms connected with the sensitive throbbing muscle of his sex.

Seconds later she felt the head of his length touched her hot needy opening. Hindi na nagtaka pa si Britanni sa bilis ng pagpasok ni Anthony sa kalooban niya. She was beyond ready. And she sighed in relief and satisfaction when he had filled her so good.

"If I have one wish," Anthony whispered into her neck, his breathing becoming ragged and his grip on her waist getting tighter. "Hihilingin ko na sana huminto ang oras at manatili tayong ganito habambuhay."

That's it. Her heart melted. And she knew deep down—she just knew it deep deep down—that she was in love with him.

So madly in love with him she will never be able to let him go.

MONDAY evening was the mark of the first day of the annual founding celebration week. Nasa labas ng cottage ang lahat maging ang mga kamag-anak ni Britanni at may hawak-hawak na mga baso ng alak, beer, at champagne. The party was in full blast. Habang sila naman ni Anthony ay nakatayo sa may dalampasigan at masayang nakikipag-usap sa mga pinsan niya.

"Ah, by the way!" mayamaya'y masiglang bulalas ni Deanne. "Matutupad na ang hiling mo, Aries. May nakuha silang fireworks na may symbol ng zodiac mo. They're displaying it tonight. Should be fun."

"May mga fireworks?" nagniningning ang mga matang tanong ni Aries sa katabi.

Nakangiting tumango si Deanne. "Yep. It's on in about..." tumingin sa relo ang dalaga. "thirty minutes."

Naramdaman ni Britanni ang paninigas ni Anthony sa kinatatayuan. Bago pa man siya makatingin sa binata upang magtanong kung may problema ay agad na itong kumalas sa pagkakahawak niya sa kamay nito at mabilis na in-excuse ang sarili.

"I'll just be running to the washroom."

Kumunot ang noo niya habang pinapanood ang paglalakad ni Anthony palayo. Dahil sa dami ng tao ay agad din itong natabunan sa kanyang paningin.

What the hell did just happen?

Fireworks. Nabanggit ni Deanne ang mga fireworks at agad na nanigas ang binata. What the hell is with fireworks?

Natigilan siya nang mapagtanto ang nangyari. Narinig niya ang tinig ni Helion sa likuran ng kanyang isipan, mentioning something about posttraumatic stress disorder. Napag-aralan niya iyon noong college. She knows what PTSD entails.

Well hell.

"Excuse me, susundan ko lang si Anthony." mabilis niyang paalam sa mga pinsan at dali-daling tumakbo patungo sa direksyong tinahak ng binata.

Thirty minutes. It wasn't even thirty minutes later nang sunod-sunod na magputukan ang mga makukulay na paputok sa kadiliman ng langit. It made it harder for her to find Anthony all the more kaya't nagpasya siyang bumalik sa cottage at hanapin ang cell phone para matawagan ang binata.

Naghahalungkat na siya ng mga gamit sa kusina when she heard that familiar soft whimper. It was a sound of someone wounded. Kinabahan siya. Her heart raced frantically inside her ribs at dali-daling hinanap kung saan nanggagaling iyon.

Humantong siya sa back porch ng cottage. And there he was, curled up on the far corner, face buried into his arms resting on his bent knees, rocking himself back and forth. The fireworks went on and on, each explosions louder than the last. She heard something shatter inside her when he whimpered again. Hell, maybe that was her heart. It's breaking to see Anthony, a big and strong man like her Anthony, curled up on the porch and whimpering like a wounded animal.

Dahan-dahan niyang nilapitan ang binata, maingat na hindi gulatin at takutin ito. She crouched down in front of him, nais na hawakan ang minamahal ngunit natatakot sa maaaring mangyari. Kahit kailan ay hindi pa siya nakakakita ng ganitong klaseng sitwasyon. Lumaki siya sa surrounding na panay dominant ang mga lalaki. It was so impossible for those men to act like this.

"Anthony?"

He jerked and gasped. Hindi niya alam kung ano'ng nangyayari kay Anthony. Ang tangi niya lamang hula ay may kinalaman sa pagkakaroon nito ng PTSD ang naging takot ng binata sa paputok. She wasn't sure how to handle this. But she couldn't leave him. Kailangan siya ni Anthony. And if she was going to be honest, she needed him too.

Britanni put her arms around him and he tensed. Nangamba siyang baka itulak siya nito palayo. If he did, hindi na niya alam ang gagawin niya. She was completely useless sa mga ganitong klase ng sitwasyon.

But to her luck—and relief—Anthony turned his face into her chest and clung to her like a baby. Niyakap siya nito ng sobrang higpit na natatakot siyang baka madurog nito ang ribcage niya. Pero hindi siya umangal. She was content to hold a trembling Anthony and to know that her presence comforted him.

"It's okay, baby." She whispered to his ear, stroking his back in a soothing caress and pressing her face into his hair. "It would go away. I will make it go away, I promise."

Hindi niya alam kung paano. But she was making this her life mission now. Tatanggalin niya ang lahat ng sakit na nararamdaman ni Anthony. Hindi man siya sigurado kung paano o kung saan nanggagaling ang lahat ng sakit na iyon, wala siyang pakialam. She will heal him. She swear to heavens, she will heal him with her love.

It was over an hour later bago niya napansin ang pagtigil ng mga pagputok. Anthony was still trembling ngunit hindi na kagaya kanina. Masuyo siyang nagdampi ng halik sa ibabaw ng ulo nito, hoping that will soothe his fears a little.

"Let's go in, baby. Let's wash you up."

Hindi marungis si Anthony. But she needed an excuse to hold him, take care of him.

Tumango ng dahan-dahan si Anthony at tinulungan niya itong tumayo. Nanginginig ang mga kamay ng binata nang kunin ni Britanni ito at hawakan. She led him to the clean polished bathroom of their cottage. Maingat niyang hinubad ang mga kausotan ni Anthony habang dinadampian ng masusuyong halik ang bawat parte ng katawan na madaanan ng kanyang kamay.

Saka iginiya niya ito sa malaking bath tub. She turned the water on and it filled the tub. She sat on the edge, lathering Anthony's hair and body with shampoo and bath soap. And all the while, pinaliliguan niya ito ng may kasamang pagmamahal. She would kiss him, rub her cheek against his, trace his lips with her fingers.

Gusto niyang iparating dito ang pagmamahal niya. And she hoped he was feeling it, receiving it like she wanted to.

"Britanni?"

"Mm?"

"Bakit hindi ka lumayo sa akin kanina? Bakit nagiging mabait ka? Bakit... bakit nandito ka pa rin?"

Those words didn't held any contempt—which surprised her all the more—but was filled with wonder and confusion. Genuine confusion. At iyon din ang ikinalito niya.

"Why would I stay away?"

Natawa si Anthony ng mapait. "Because that's what normal people do when they witness a fucktard moment, Britanni. They run for the hills and never come back."

That's where the part of 'others do not care about me so why should you' bit comes in, Britanni thought. It was why Anthony was having a hard time digesting the fact that she cared about him. Because no one ever did kapag nakikita ng mga ito kung ano'ng problema ni Anthony. He had a fucking PTSD for goodness sake! Of course he'll have episodes like that one!

Ngunit sa kabila ng galit na kumukulo sa sistema ni Britanni, she strived to be calm for Anthony's sake. Ayaw niyang isipin nito na nagagalit siya sa kung anumang sinabi ng binata.

Nagkibit siya ng balikat. "Well I'm not normal, baby."

In her surprise and actual relief, he laughed. And she smiled when she saw amusement twinkling in his eyes.

"Figures."

KABANATA XIII

"WHERE the hell have you been, you idiot! You fed me to the sharks last week! Pinapunta mo ako do'n 'tapos ikaw naman pala ang mawawala! Paano ko sasabihin kina Uncle at Auntie kung nasaang lupalop ka ng berdeng mundong 'to kung ako mismo'y hindi alam kung saan ka nagtungo!"

Helion made an act of cleaning his left ear with his pink finger and looked at her disinterestedly. "Done already reading me the riot act?"

Lalo lamang nagpainit ng ulo ni Britanni iyon. "Hindi ako nagbibiro, Hel! Seryoso ako!"

Marahas na bumuntong hininga ang kapatid. "Okay. Fine. I'm sorry. Pero alam ni Deanne na mawawala ako. Sana siya ang pinakain mo sa mga pating."

"And you think that will save me from being put on the spot? Kapatid kita, you idiot. Of course masama ang magiging reaksyon nila kapag nalaman nilang wala akong kaalam-alam sa mga pinaggagagawa mo. It was bad enough that Uncle isolated me and said awful things about Clique. Pero 'yong tanungin nila ako kung ano'ng mga pinaggagagawa mo at wala akong maisagot? That suck!"

Kapansin-pansin ang pagdidilim ng anyo ni Helion nang mabanggit niya ang problema ng kanilang Uncle sa club. "Uncle has no business running around and complaining about how we operate The Clique. Sa susunod na tanungin ka niya, tell him to get off his high horse and face the fact that the club is our number one source of income."

"Helion, wala naman siyang masamang intensyon." Pabuntong hiningang sabi niya, pagod nang makipagtalo pa sa kanyang kapatid tungkol sa paulit-ulit na isyu ng sama ng loob ni Helion sa mga kamag-anak nila sa Davao. "Kilala mo naman si Uncle, eh. Ayaw lang talaga niya sa mga gano'ng bagay. He thinks it was a total debauchery to mankind."

"Which was an exaggeration at its finest." Helion rolled his eyes. "You see, Britanni, this is the exact reason why you were placed in that position. Between the two of us, sis, you're the best bet dahil ikaw ang may plain at boring na kaisipan. Alam nilang wala kang gagawing katarantaduhan. When Clique was built, they knew instantly whose idea it was. Don't get me wrong, I don't envy you. I'm happy with being your proverbial hitman, doing your dirty laundries for you. But I won't take shit from them, Britanni. Never. I'm trying hard to feed the Legion and if they don't like how I do it then they are free to get lost."

Sa puntong iyon ay napatingin na siya kay Anthony na nakatayo di kalayuan sa may sala at hawak ang teleponong nakadikit sa kanan nitong tenga. Sa hula niya'y may kausap ito but he just seemed to be listening and staring at her instead of talking and focusing himself on the other line.

Sinusundo siya kanina ni Anthony para pumasok sa unibersidad nang magpakita sa kanila si Helion. Hindi niya alam kung ano'ng gagawing sermon sa nakatatandang kapatid kaya't minabuti na lamang niyang papasukin ang nobyo sa loob ng bahay kasama si Helion para paghintayin.

Napabuntong hininga siyang muli. Talking to Helion never made any sane sense. Why should it start making some now?

"Fine. Bahala ka sa buhay mo. Pero kung anuman 'yang ginagawa mo, I just hope to hell it's not something illegal."

Nagkibit ito ng balikat. "Maybe it is."

Instantly, her irritation surged up and she glared at him. "You just try, you idiot. Try and do something I don't like and I swear to God, I will—"

Whatever it is that she will do to his brother ay na-interrupt nang maramdaman niyang may yumakap sa kanya mula sa likuran. Naramdaman niya ang mainit na hininga ni Anthony sa likuran ng kanyang tainga. "Awat na, baby. Dumudugo na ang tainga ng kapatid mo. Let that be enough of a punishment."

She gritted her teeth in annoyance. "I want to thump her head upside down just so he knows how a pain in the head he was."

Tumawa si Helion at nginisian siya bago balingan si Anthony. "Minsan nalilito ako kung sinong unang ipinanganak sa amin ni Britanni. Kung siya ba o ako talaga. The number of injuries I've acquired throughout the years growing up with her just because she wanted to 'quote-unquote' punish me."

"She likes punishment." Nakangising pag-sang ayon ng binata. "I was hoping I could get mine later."

Hinampas niya sa braso si Anthony na nagpatawa lamang dito. Ugh. Nakalimutan niyang kaibigan nga pala ng impakto niyang kapatid ang nobyo niya. Why oh why did she even picked someone that is her brother's friend to ever commit to a relationship with? Nasiraan na yata talaga siya ng bait nang pumayag siya sa gusto ni Anthony noon.

Damn unknown connection.

"Stop making fun of me. Pareho ko kayong ibibitin patiwarik at pakakainin ng lamesa kapag hindi n'yo ako tinantanan."

Sabay na tumawa ang dalawa na ikinailing niya. Pagkatapos ay ngumiti si Helion sa kanila. "Damn. Masayang-masaya ako para sa inyong dalawa. No'ng huling pagkikita namin ni Britanni no'ng isang buwan, akala ko talaga wala nang pag-asa. I should have went on with that bet."

Matutuwa na sana siya't nagseryoso ang kanyang kapatid. Pero napakunot ang kanyang noo sa pagtataka nang mabanggit nito ang bet na iyon. "Ano'ng bet? Pinagpustahan n'yo ako?"

"Yeah. Nick, Rush, and I. They think Anthony wouldn't be able to get it in you. I said he would." He smirked. "Turns out I'm more than right."

Napasinghap siya, dinampot ang malapit na throw pillow sa kanya at paulit-ulit na hinampas niyon ang kanyang kapatid. "Holy shit, you gross! Kapatid mo ako! And you were talking to your friends like that about me! You fucking maniac!"

"Ouch! Hey! Hey, stop it, that hurts!" saka ito bumaling kay Anthony na tumatawa lamang sa tabi. "A little help, buddy?"

"No, dude, you've brought that out onto yourself."

Helion groaned.

Kalahating minuto ang inabot ni Anthony sa pagkakalas kay Britanni mula sa pambubugbog sa kapatid niya. They ended up running late for school dahil doon. Nahiya siya dahil sa tanang buhay naman kasi ni Anthony ay tila hindi pa yata ito nahuli sa trabaho. Pero dahil sa kanya'y nahuli rin ito.

"Sabi ko naman kasi sa 'yo h'wag mo na akong sunduin, eh. Ang tigas naman kasi ng ulo."

Anthony merely chuckled at sinulyapan siya ng mabilis bago ibalik ang atensyon siya sa pagmamaneho. "Baby, isang period lang naman 'yon. Isa pa, nakapagpaalam na akong male-late ako ng pasok. Ikaw ang inalala ko. Istrikto si Professor Isidro pagdating sa punctuality."

Yes, she is. Kaya nga ipinapanalangin niyang sana'y late din ang propesor niyang iyon—which is very very impossible—para makapasok siya sa standard grace period at hindi mamarkahang late, o ang mas masaklap eh absent ngayong araw.

"I'm really sorry 'bout that, baby. I didn't want you to see that."

Muli'y ngumisi si Anthony. "See what? Sibling fight at its finest? Baby, you two were cute. I've never dreamed I'd see Helion fold like that."

Napasimangot siya. "He never does."

"Yes, he just did. From the get-go, he did."

Hindi niya matandaan ang panahong tumiklop sa kanya si Helion. He was really a pain in the ass even before he joined the military. A pain in the ass more when he got out of it. The man was lucky to be her brother. Kung hindi kasi'y baka matagal na siyang naubusan ng pasensya—na sa una palang naman talaga'y wala na siya—at ipinakain ito sa mga janitor fish sa Marikina river.

Pasalamat ang impakto't mahal niya ito dahil kung hindi'y matagal nang hindi humihinga si Helion.

"Baby, kailangan mong mas maging considerate sa mga kilos at nararamdaman ng kuya mo." Tahimik na wika ni Anthony that made her stunned. "Sinusubukan niyang magpanggap na malakas, which I never can do however much I try, but I have a guess that he'd been damaged by what happened years ago in Afghanistan. Remember, baby. PTSD doesn't choose its victims."

Natigilan siya sa ideyang iyon. Hindi niya madalas na nakakasama si Helion because the guy refused to live in the same house as hers. She just assumed na hindi matagalan ni Helion ang ugali niya, which from the start he'd made obvious of. But she was rather stunned nang mag-sink in ang sinabi ni Anthony and found that maybe he was right.

Maybe Helion was really suffering from PTSD. Or maybe worst than PTSD.

Hell...

Dala-dala niya ang isiping iyon hanggang sa paglalakad niya sa hallway ng building nila. Ginawaran siya ni Anthony ng isang mabilis na halik before they separated in the parking area and ironically, she wasn't thinking about it the way she should have. Sa halip, si Helion ang iniisip niya.

Ano kaya talagang nangyari sa kapatid niya? Was Anthony right? If Helion was nearly as troubled as Anthony then she has a cause to worry. Anthony was difficult enough to handle. Paano pa kaya si Helion?

Napapitlag siya mula sa takbo ng pag-iisip nang mapansing lahat ng estudyante sa pinasukan niyang klase ay nakatingin sa kanya. Nagdalawang isip siya sa pagpasok dahil baka nagkamali siya. So she stood in the doorway, looked at the professor who was looking at her rather amusedly.

Tama naman siya ng klase. Si Professor Isidro naman ang nakatayo sa harapan. What was the matter with the lot of them?

"Uh..." ano bang dapat niyang sabihin? O dapat ba siyang magsalita pa? Damn, what the hell's going on?

"It's okay, Miss Knight. Take your seat."

Nakahinga siya ng maluwag at nagtuloy na sa usual niyang upuan. Ngunit sa kalagitnaan ay saka lamang niya napansin si Professor Ezekiel Dalton na nakatayo sa kanyang upuan na may hawak na boquet ng blue tulips.

"Good morning, Miss Knight. A personal delivery for you." Sabay abot nito sa kanya ng boquet.

Maingat niyang kinuha iyon at naupo sa kanyang silya. Natagpuan niya ang pulang card na nasa ibabaw ng mga bulaklak. Kinuha niya't binuklat ang card. She found Anthony's masculine scrawl in black in that white paper.

Good morning, my wonderful beloved. If I have pissed you off somehow this morning, I'm sorry. If I somehow made you sad, I'm sorry too. This flowers are meant to make you happy. I want to be the cause of your smile every morning. I want to be the sole recipient of your laughter. And I want to be the one you're thinking of at this moment. Enjoy the day ahead, baby.

Yours, A

Yours. He said yours.

Mine. Oh God.

Her heart swelled. This thing was evidently arranged even before they saw Helion earlier. Even before they happen to talk about his brother. This was clearly something meant to be as a peace offering in case he did something prior to going here.

Please, Britanni... give me room to commit mistakes. Bago lang ako sa ganito, I told you that. And yes, I'm not a submissive. But don't you think it mattered that I want to be a submissive just to be with you?

He did told her that, naaalala niya. And he was proving to her that he was willing to correct any mistakes he have made para lang sa ikasisiya niya.

Noon niya napansing nakatayo pa rin si Professor Dalton sa tabi ng silya niya habang nakatitig siya sa card na hawak. Bahagya siyang namula. "Uh... m-may iba pa ba, Sir?"

Ngumiti ito. "Wala na. But I was here in case you need to send him back a message. You know, like the old ancient times."

Lalo siyang namula. "H-Hindi ba pwedeng sa text na lang?"

"Nah. This is more romantic, don't you think?"

Yes but... this is pretty embarassing. Para kasing bino-broadcast na nila ang relasyon nila sa buong university. And as if knowing what she was thinking, Ezekiel Dalton crouched down to whisper in her ear. "Don't worry. Alam na ng faculty ng university. Hindi ako nahirapan, you know. They were just so happy Cane's in a happy and healthy relationship right now that they were extending their gratitude to you. They think you're walking on fucking water right now."

Napangiwi siya. She had no intention to walk on water or anything like that. Hindi naman milagrong humantong sila ni Anthony sa ganitong punto. It just so happened that they were both bonkers. Soulmates, ika nga.

"So any message?"

Naghanap siya ng papel sa kanyang bag at ng ballpen saka nagsulat ng mensahe roon.

Received the flowers, baby. Thank you. They made me happy. I wish I could hug you right now but I'll save those for later.

XO, Britanni

Ibinigay niya sa nakangiting Professor Dalton ang papel and he happily tucked it into his pockets bago lumabas ng klase. She shrunk down in her chair when everybody in the class turned to grin at her.

I guess they were happy.

Thankfully, sa sumunod niyang klase ay isang box lamang ng tsokolate ang nakita niyang nakaabang sa kanyang mesa. No note or any Professor Dalton hovering in the background. Ngunit sa kabila niyon ay pinagtinginan pa rin siya. It felt like everyone knows what's going on between her and Anthony.

Her next period is in Professor Carillo's class. Pagpasok niya doon ay nakita niyang nakatayo si Miss Acumin, propesor ng Love, Sex and Intimate Relationships class niya sa ikalawang semester niya sa university. Professor Carillo was there too, grouching at her while she walked into the class with her boquet na ibinigay kanina sa unang klase.

"Hi." Bati sa kanya ni Professor Acumin saka ibinigay ang isa pang boquet ng pulang tulips. "This is for you."

Namumula ang mukhang naupo siya sa tabi ng litong-litong si Kaizer at inusisa ang bulaklak. There was a card na agad niyang kinuha at binuksan just in time to hear Professor Carillo's snide comment.

"Next time, sabihin mo kay Cane, Rebecca, huwag niyang dinadala sa klase ang personal niyang buhay. Who cares about these things? Nakakaabala lang siya sa mga estudyante."

Pakiramdam niya'y nasusunog na ang kanyang mukha sa pamumula sa puntong iyon.

"Oh come on, don't be such a spoil sport, Thomas. And besides, si Dalton ang may pakana nito. Don't blame Anthony. This is so romantic and it's giving the students a good vibes."

And she will end up being the buzz of the day in the university nang dahil dito. But ironically, hindi niya alintana iyon. She's enjoying this and she appreciated the time and effort that Anthony is putting on this.

I think I'm really falling in love.

And because of that, I'm inviting you to dinner in my house. Hindi kita masusundo pero iniwanan ko ang Avanza sa parking area at ibinigay ko kay Rebecca ang susi. I'm sorry, baby, I had to run an errand. May importante akong appointment. It needs to be dealt with as soon as possible. But I will see you later. I have to tell you some things.

Hugs and kisses back to you.

- A

Nang mag-angat siya ng tingin ay ibinigay sa kanya ni Professor Acumin ang susi at ngiting-ngiti nang umalis ng klase ni Professor Carillo. Kaizer gaped at her, seemingly at a loss for words.

Well, hindi siya nag-iisa.

PINATAY niya ang makina ng Avanza pagkaparada sa garage ng bahay ni Anthony. She contemplated kung papatayin niya ba ang music sa kanyang cell phone at alisin ang earphones na nakapasak sa kanyang tainga but she decided to go against it. Sa pagtataka niya'y may isa pang kotseng nakaparada sa labas. A baby blue McClaren. She wondered briefly kung may bisita si Anthony.

She locked the white gate at nagtuloy na sa loob ng bahay. She'd been there a hundred times enough to know the way in. Natagpuan niyang tahimik ang kabahayan. Nakapatay ang ilaw pero bukas ang nasa silid ni Anthony na hindi naman na pangkaraniwan. Hindi natutulog si Anthony ng patay ang ilaw. She placed it down to his PTSD and assumed he needed the light to sleep.

She decided to go there and see if he somehow fell asleep waiting for her. Nakaawang ang pintuan nang abutan niya at tuluyan na niyang binuksan iyon, his name hovering on her lips.

But she froze when she saw who was there.

It was the petite brunette. Her palms laid on Anthony's naked chest, her hair a bundle of mess as she kisses her way down his neck. And what shocked Britanni the most is Anthony's totally naked form and his aroused state clear in his bare sex.

Hindi siya makagalaw sa kinatatayuan. Rumehistro sa kanyang nag-uusap ang dalawa. Nakita rin niya ang pagbalikwas bigla ng bangon ni Anthony at ang pag-aangat nito sa babae upang pahigain sa kama. That's when he noticed her.

She registered his wild eyes, his body filled with sweat and his unstable breathing. Tila ito natauhan nang makita siya't mag-sink in ang katotohanang naroon siya't nakatayo sa pintuan.

Nanginginig ang mga kamay na tinanggal niya ang nakapasak na earphones sa tainga. Silence greeted her ears except for the clear ragged breathing Anthony was emitting. Hindi siya makapagsalita. Ni hindi nga makapag-ipon ng lakas para dumampot ng kung ano'ng maaari niyang ibato sa mukha nito.

"K-Kanina..." Anthony choked on the word, his eyes so wide Britanni wasn't sure he was still blinking. "Kanina ka pa?"

Mutely, she nodded. She'd been standing there long enough to see what was going on.

"Y-You... you saw?"

Of course she damned well saw! Napakalinaw ng nangyari! But she couldn't muster up the energy to scream at him like that. Kaya't sa halip ay tumango na lamang siya.

"Are you l-leaving me?"

Doon siya napasinghap. Is she? Kaya ba niyang tanggapin ang nangyari? Kaya ba niyang mabuhay na laging iniisip kung kailan muling matutukso si Anthony na balik-balikan ang ex-fiancè nito? After all, Dr. Eleanor Evangelista was the one who got away. And they were always the hardest to forget.

Ano'ng laban niya sa babaeng iyon? Siya itong bago. Ang atraksyon lamang niya kay Anthony ay sex. Wala nang iba. Subalit higit pa roon ang kay Eleanor Evangelista. She was his two year relationship, the one woman who managed to acquire his ring.

And God, she couldn't live with that knowledge and what it entails.

Nanginginig ang mga kamay na inilabas niya ang cell phone sa bulsa, ang susi ng bahay ni Anthony at ng Avanza pagkatapos ay inilapag iyon sa malapit na bagay na pwede niyang paglagyan. She didn't dare to come close to Anthony for fear that one touch and she'll give in to him.

Her heart was breaking into pieces enough para dagdagan niya pa ang sakit na iyon.

And without a word, she turned and walked away.

Because yes. Yes, she's leaving him. Even if it hurt her so much to leave him.

KABANATA XIV

"**B**RITANNI, get up already. Ang sabi mo sa akin papasok ka na ngayon."

Nagtalukbong siya ng kumot, pinakiramdaman ang presensya ni Deanne. Nakarinig siya ng pagbubuntong hininga. Naroon pa rin ang dalaga. Hinigpitan ni Britanni ang yakap sa unan at ang paghapit sa dulo ng kumot, determined to stay unmoving and hidden under the safety of her blanket.

Muli ay narinig niya ang buntong hiningang iyon. Then the left side of the bed dipped low signalling Deanne's presence there. "Dalawang linggo na ang nakakaraan, Britanni—"

"No, two weeks, six days, five hours and," nagtanggal siya ng talukbong saka sumulyap sa orasan. "five minutes, thirty seconds."

"God. Listen to yourself. Baka naman pati milliseconds nabilang mo na rin! Get up, you fool. There's no use letting yourself rot in here. Welcome ka sa bahay ko pero hindi kung wala ka namang ibang gagawin kung hindi ang sirain ang buhay mo sa pagmumukmok d'yan. Ilang linggo ka nang wala sa mga klase mo, aba! Pinakiusapan ko na nga lang ang mga professor mo na baka pwedeng mabigyan ka ng konsiderasyon dahil may sakit ka. Sakit sa puso, more like it!"

Britanni grunted and cursed herself at her idiocy. Nag-iisip na siyang i-drop na muna ang lahat ng klase niya ngayong semestre at pumasok na lang sa ibang eskwelahan sa susunod na semestre. Wala na siyang pakialam kung kakailanganin niyang kumuha ng ibang kurso. A degree in Abnormal Psychology isn't at all bad. Pwedeng iyon na lang ang kunin niya sa halip na Human Sexuality. Dalawang unibersidad lang sa Pilipinas ang nag-aalok ng ganoong klase ng kurso. Wala siyang balak na lumayo sa Seidara para doon.

Subalit kailangan niya talagang magpakalayo-layo. It wasn't just a whim for fuck's sake. It's a damn necessity for her!

Nursing a goddamn broken heart isn't at all that easy!

"I'm dropping my classes."

"What?" Deanne looked at her incredulously. "Nasisiraan ka na ba ng bait? Dahil lang sa lalaking iyon? Goodness! Get yourself together, Britanni Knight! Hindi nakakatuwa 'yang ginagawa mo!"

"Sinong may sabing nagpapatawa ako?" bumuntong hininga siya't umiling-iling. Hindi naman niya ine-expect na mayroong makakaunawa sa kanya. "I just... I needed to get away from him. Lyselle was right, you know. About men who smells like D and D."

"Oh stop it! That's ridiculous, Britanni! H'wag kang adik. Anthony is a good person. I just think hindi lang kayo nagkaintindihan."

And there lays the problem.

Hindi niya sinabi kay Deanne kung bakit sila naghiwalay ni Anthony. O kung bakit niya ito iniwan, for that matter. Nang pumunta siya sa bahay ng pinsan niya sa halip na deretsong umuwi sa sariling apartment at umiyak sa sofa nito, tila basta na lamang naintindihan ng dalaga na may nangyaring hindi kaaya-aya sa pagitan nila ni Anthony.

Pero hanggang ngayon ay wala pa rin siyang sinasabing kahit na ano kay Deanne. Because seriously, how the hell do you say that your lover replaced you with a plain boring good ol' plastic surgeon who was eight years older than you? That's a downright insult to Xyrin population.

Sa unang linggong iyon ay inisip niya ng mabuti kung ano'ng posibleng nangyari't binalikan ni Anthony ang doktor na iyon. For all she knows baka pati ang dibdib no'ng babaeng iyon eh sillicon ang laman kung ikukumpara sa kanyang lahat ay tunay. Hindi niya lang kasi lubos maisip kung ano'ng nakita ni Anthony sa ex-fiancè nito. She looked and sounded like plain white picket fence working a nine-to-five job and two point five kids running around with her barefoot and pregnant in the kitchen. Not exactly Anthony's type.

He was wild, intense and dark. He loved the adventure and excitement of not knowing what's going to take place on a certain days. Hindi niya ma-imagine ang binata na magse-settle sa isang babaeng mukhang ang alam lamang gawin ay ang routinely daily activities na nag-iinclude ng paghahatid ng mga bata sa eskwelahan, pagluluto ng almusal para kay Anthony, pagpasok sa trabaho, pag-uwi, at pagluluto ulit at pagtulog. She couldn't imagine their sex life. She sure doesn't look the type who'd go growling at Anthony in tight leather catsuit holding a whip in her hand.

And then it just simply dawned on her one night.

Maybe it was love. True love. Marahil iyon lang naman talaga ang kailangan ni Anthony para manahimik ang nagwawala nitong kaluluwa. Maybe that woman can do what she can't do—silence Anthony's demons. And that's saying a lot of her than that other woman.

Baka nga siya pa ang 'other woman' instead of that petite brunette who surely had the gall to pawn over Anthony kahit pa alam nitong may girlfriend ang binata.

"Britanni." Untag ni Deanne. "You need to decide properly. Hindi pwedeng ganito lang."

"Nasabi ko na kung ano'ng gusto ko'ng gawin, Deanne. That's that. Gusto kong i-drop ang klase ko. I'm contemplating transferring school. Marami namang universities d'yan na nago-offer ng doctorate degree sa Psychology. Pwede akong mag-major sa Abnormal Psych."

"Are you kidding me? Britanni, inabutan ka na ng preliminaries! Inaaksaya mo ang oras mo!"

Mas maigi nang mag-aksaya ng oras kaysa ang i-torture niya araw-araw ang sarili niya sa pagpasok sa Saint Andrews habang alam niyang naroon din sa iisang lugar si Anthony.

"I can go practice, Deanne, habang wala pa akong ginagawa for the meantime. May degree ako at lisensyadong psychologist."

Deanne looked at her exasperatedly. Tila ba hindi nito alam kung babatukan ba siya o yayakapin na lamang. "Tell me what happened, Britanni. Imposibleng maliit na tampuhan lang ang pinag-ugatan nito. You're planning to ruin your life for crying out loud! Ano'ng nangyari?"

Napalunok siya't napakuyom ng palad. Inisip na niyang magsinungaling, sabihing kasalanan niya ang nangyari. Kahit naman kasi ganoon ang naging fallout nila ni Anthony ay naiintindihan niya ito. Wala namang makakatalo sa true love. Goodness. They were a disastrous duo from the get-go.

Ano ba kasing inaasahan niya?

But one look from Deanne, paniguradong malalaman kaagad nitong nagsisinungaling siya. She didn't want to hurt her cousin furthermore. Kaya't wala siyang nagawa kung hindi ikuwento ang nangyari mula sa panenermon niya kay Helion nang umagang iyon hanggang sa tagpong nadatnan niya kinagabihan sa silid ni Anthony.

"That piece of shit!" galit na mura ni Deanne nang matapos siyang mag-kuwento. "You should have castrated him right at that moment!"

"Hindi ako bayolenteng tao, Deanne. Isa pa... in a way, naiintindihan ko na. Siguro iyon naman dapat talaga ang mangyari. You know, siguro nga true love ni Anthony 'yong plastic surgeon na 'yon. Ano namang laban ko do'n kung saka-sakali? The woman was perfectly human. Eh ako? Mukhang tao, asal tao pero hindi naman talaga tao."

"Goodess, Britanni! H'wag mo ngang ibinababa ang sarili mo! You're perfect just the way you are! I'd bet my ass that Eleanor Evangelista didn't even have any part of her body that is *au naturale*! She's a plastic surgeon for fuck's sake!"

Well yeah. Kaya nga niya naisip na true love iyon, hindi ba? Because surely, Anthony knows that. But then following the old adage, *Love is blind*, she'd figured it out all by herself.

"So ano nang balak mo?"

Kumunot ang noo niya. "Sinabi ko na sa 'yo kung ano'ng balak ko. Paulit-ulit?"

Tinitigan siya ng matagal ni Deanne bago ito nagbuntong hininga at nilubayan siya.

Ang mga sumunod na araw matapos niyon ay pareho lang. Except that Deanne understands now why she didn't want to move unless she had to eat and bathe herself. Hindi rin niya alam kung hanggang kailan siya mananatiling ganito. It's fucking up everything that she built. Her plans, her academia, her apartment even. She wondered what happened to her house.

It was the twenty sixth of September when it happened.

"Britanni, I need to run!" sigaw ni Deanne na tila nagmumula sa sala. "May emergency!"

Bumalikwas siya ng bangon at dali-daling lumabas sa silid. She saw the panic in Deanne's disposition habang isinasalaksak nito sa bag ang mga gamit. Kinabahan siya. "Bakit? Ano'ng problema?"

"There's a fire at The Clique! Tumawag si Helion, nasunog daw ang west wing sa third floor."

West wing? Kasama ang opisina niya? Shit.

"I'll go with you." Saka siya mabilis na pumasok muli sa loob ng kwarto at nagbihis. She'd been borrowing clothes from Deanne mula nang manatili siya rito.

They both raced down the front porch pasakay sa kotse ni Deanne at pinaharurot iyon papunta sa club. Pagdating nila doon ay marami nang tao ang nasa labas. Smoke billowing from the third floor at kung hindi siya nagkakamali'y banda roon iyon sa opisina nila ni Helion.

"Holy shit! Move, people!" sigaw ni Deanne habang tila kurtinang naghahawian ang mga tao sa pagdaan nila.

Pagpasok nila sa loob ng club ay agad na nadatnan nila si Helion na sumisigaw at kausap ang mga bumbero.

"Sir, hindi na po pwede talagang pumasok doon. Ginagawa na po namin ang lahat ng makakaya namin para mailigtas ang mga gamit na nasa opisina ninyo at ng kapatid n'yo. Pero hindi ho namin kayo paaakyatin pa sa itaas hangga't hindi naaapula ng tuluyan ang apoy."

"H-Helion!"

Nang humarap si Helion ay agad siyang yumakap dito. Her brother immediately hooked his arms around her waist and hugged her back. Nakahinga siya ng maluwag. Natakot siyang baka nasa opisina si Helion habang nagaganap ang sunog. She wouldn't survive it if her brother was hurt during the altercation.

"What the hell happened?" Deanne demanded, panic rising in her eyes habang pinagmamasdan ang mga bumberong akyat-panaog sa hagdanan.

"Nag-umpisa ang sunog sa opisina ni Britanni. Hindi pa sila sigurado kung paano nangyari o kung ano'ng pinagmulan. I still have them rescuing the papers in my office pati na rin ang mga gamit ni Britanni sa opisina na kailangan niya."

Kunot ang noo niyang pinagmasdan ang third floor at tinanaw ang opisina niya mula roon. "I'm not... I don't know why my office would start a fire. Wala naman akong kahit na ano'ng nilagay doon na hazardous o maaaring pagmulan ng sunog."

"Maaaring pagmulan ng sunog ang kahit na ano, Ma'am." Kalmadong sabad ng bumberong kausap ni Helion kanina. "Ang nag-overheat na ilaw, naiwang kuryente na nakasaksak, kandila o gasera na naiwang nakasindi, LPG gas na nakabukas, kable ng kuryente na nag-short circuit... Maraming dahilan. Pero sa ngayon hindi pa kami sigurado. Iniimbestigahan pa kung saan talaga nagmula ang sunog."

"It was a fucking good timing I was on the second floor, helping the girls fix the gray room or I'll be toasted kung nagkataon."

She shuddered at that thought. Sa dami ng pinagdadaanan niya ngayon, she didn't need another heartbreak. Kahit naman gaano katigas ang ulo ni Helion, kapatid pa rin niya ito. At mahal na mahal niya ang kapatid niya even if most of the time he was a real pain in her ass.

"Wala bang nasaktan?" nag-aalalang tanong ni Deanne sa kanyang kapatid.

"No. No casualties. Nakatawag kaagad sila ng bumbero noong nagsisimula pa lang ang apoy sa opisina ni Britanni. When it reached mine, nagsisimula na silang apulahin ang apoy."

"So my office...?"

"Is close to being toasted, yes." Tumango si Helion.

"How toasted?"

"Very. Bumagsak na ang pintuan mo kanina pa. Your sofas are probably in ruins right now. Hindi ko sigurado kung may nakaligtas na gamit mo o wala. I tried to make them retrieve important papers but they weren't sure at all if they could."

Natutop niya ang kanyang dibdib, hindi sigurado kung bakit masama ang kutob niya sa naganap na sunog. Maaari namang maging aksidente lamang ang sunog na iyon. Hell, it could be anything, like a cable short circuiting or her AVR left plugged or her LED light overheating. But no. Her instinct tells her this is not accident.

After all, hindi siya naniniwala sa aksidente.

"BASE sa imbestigasyon, arson ang lumalabas na sanhi ng sunog."

Nagkatinginan sila ni Deanne habang ang kamay naman ni Helion ay kumuyom at ang panga nito ay nagtagis. She didn't need to be a genius to be able to tell that her brother's pretty pissed.

"Sinadya ang sunog, Sir." Kaswal na sabi ng isang pulis na kasama nila sa receiving room ng club. "Nakita namin sa CCTV ninyo na naka-install, isa sa mga customer ninyo ang nagpasimula ng sunog. Umakyat siya sa third floor, dumeretso sa opisina ni Ma'am Britanni na parang kabisadong-kabisado ang daan. 'Tapos sinindihan niya ang kurtina, sinadyang ikalat ang mga papel ninyo sa sahig para gumapang ang apoy at lumaki. At dahil parkett ang sahig ninyo, madali lang na kumalat ang apoy."

Shit. Who the hell would do that at parang siya pa yata ang tina-target?

"Na-identify n'yo ba 'yong gumawa?" usisa niya at kinakabahan na sa malalaman.

Umiling ang pulis. "Hindi pa ho, Ma'am. Malabo kasi ang record ng camera sa opisina ninyo. At isa pa, naka-hood ho ng itim. Mahirap makilala. Pero dinala na namin ang receptionist n'yo at ang iba pang nakakita sa kustomer na ito para matanong sila't maiguhit namin kung ano'ng itsura ng suspek."

Kunot ang noong bumaling sa kanya si Helion. "May kilala ka bang may galit sa 'yo? It seems like this person is targeting you, Britanni. This is dangerous."

Napailing siya dahil wala naman siyang maisip na kung sinong gagawa ng ganitong bagay. She wasn't exactly a nice person but she wasn't that bad either to gain an enemy this hell-bent on sabotaging her.

"Wala. Wala naman akong kaaway, eh."

Magsasalita pa sana si Helion nang maglagay ang police officer ng mga gamit sa coffee table na nasa harapan niya. Ang lahat ng iyon ay naka-ziplock maliban sa mga kumpol ng folders at papeles. "Heto nga ho pala 'yong mga na-retrieve naming mga gamit sa opisina n'yo, Ma'am Britanni. Hindi gano'n karami dahil halos lahat eh natupok na ng apoy pero sana may nailigtas kaming mga importanteng bagay."

Inusisa niya isa-isa ang mga naka-ziplock na gamit. There was her fountain pen, picture frames, laptop, a couple of chargers, camera and...

Holy shit!

"Britanni? Okay ka lang? Para kang nakakita ng multo. Namumutla ka."

Nanginginig ang mga kamay na dinampot niya ang pamilyar na bagay na iyon. She tried to click a button upang buhayin ang device. It opened, the familiar icon appearing on the screen.

"Hey. Ano'ng ginagawa ng cell phone mo sa opisina mo?" nalilitong tanong ni Deanne.

Para siyang binuhusan ng malamig na tubig. Nanigas siya sa kinauupuan nang magbukas ng tuluyan ang luma niyang cell phone na nawawala at bumungad ang itim na wallpaper niyon. Hindi iyon ang parehong wallpaper na nakita niya simula nang huli niyang mahawakan iyon. Ang pumalit dito ay isang nakahihindik na itim na background, with white bold letters that said 'YOU WILL PAY'.

At marahil ay nakita iyon ni Deanne nang sumilip ito sa tinitignan niya. Narinig na lamang niyang suminghap ito sa kanyang tainga. "Oh my God..."

Kunot ang noong hinablot ni Helion ang cell phone mula sa kanyang kamay at sinipat iyon ng tingin. Then he muttered curses and turned to her. "Kailan pa nawawala 'tong phone mo? Who on earth would do this to you?"

Pinanood niyang kunin ng pulis ang telepono at tignan pagkatapos ay ipinakita rin sa kasama nitong police inspector. Lumunok siya ng ilang beses, kinakabahan, natatakot. Nanlalaki ang mga matang tumingin siya kay Helion na naghihintay ng sagot.

"Almost t-three months... ago."

"Three months ago? At hindi mo man lang nabanggit!"

"H-Hindi ko namalayan. Hindi ko rin maaalalang banggitin sa 'yo. But I think I did tell Deanne that I lost my phone kaya pinalitan 'yon ni Anthony ng bago. You know me, Hel. I... I always forget things. Nakalimutan kong sabihin but it was not on purpose, I swear!

"N-Naaalala mo when Anthony left for Sicily? Wala na sa akin no'n ang phone ko. I didn't know where it went dahil hindi ko naman nahahawakan madalas 'yon. It just sunk in when Anthony told me he was receiving text messages coming from my number na hindi naman ako ang nagpapadala. He said he kept calling me from Sicily. But whoever has my phone texted him not to call anymore. So when he got home he was pissed at me. He thought we were over. Akala ko, it was only my relationship with Anthony that that theft was sabotaging. I swear, Hel, wala talaga akong idea kung sino."

Tumiim ang bagang ni Helion and rage in his eyes were visible. Napalunok muli si Britanni at pilit na hinahalungkat ang kanyang isipan upang matukoy kung sino ang pwedeng gumawa niyon. But she was distracted nang tumalikod si Helion saka lumabas mula sa silid. Muli silang nagkatinginan ni Deanne.

Okay. So her brother was pissed off. He had a right to be. After all, nadamay ang club sa problema niya.

"I suggest, Ma'am, na kumuha kayo ng security detail." Singit ng inspector sa tabi niya. "Hindi ho biro ang may magtangka ng sunog sa opisina ninyo. Ang hula namin ay tinatakot lang kayo ng taong ito, binabalaan marahil. Pero mas makabubuti na ho ang sigurado. Kumuha kayo ng security detail na magbabantay sa inyo just in case na maulit ang ganitong senaryo."

It was wise to do that. But while she admits that she was scared, hindi niya uurungan kung sinumang impakto ang gumagawa nito sa kanya. It pisses her off na pati ang club ay nadadamay dahil sa kung ano'ng isyu ng misteryosong taong iyon kay Britanni at kay Anthony. Wala na silang relasyon, for crying out loud! This should've been over!

Mayamaya'y bumukas ang pintuan at pumasok si Helion na may dala-dalang dyaryo. Inihagis nito iyon sa may coffee table sa kanyang harapan. Kunot-noo siyang tumingin doon pagkatapos ay sa kanyang kapatid. "Uh... What is going on?"

"Page thirteen. Read."

Nagtataka man ay dinampot niya ang dyaryo at hinanap ang pahinang sinabi ni Helion. She searched for something profound there, something na maaaring involved siya at ang nangyaring arson sa club. But all she sees are bits of articles involving celebrities and...

Napatigil siya. Paulit-ulit na binasa ang titulo ng artikulo sa kanyang isipan. A photograph of a familiar brunette and her professor walking hand in hand in a hallway caught her attention.

'Celebrity plastic surgeon's husband tells all!' the title said in bold capital letters.

Holy shit. Professor Thomaso Carillo is Dr. Eleanor Evangelista's husband?

Nag-aalalang binasa niya ang artikulo. Hindi pa man nangangalahati ay napapangiwi na siya sa mga nakalagay doon. *Professor Thomaso Carillo, a PhD professor of Human Sexuality in Saint Andrews tells all about his wife's secret affair with ex-fiancé, multi-millionaire tycoon Anthony Cane.*

First, he was a damn tycoon? And she didn't know? Holy shit!

'He was a rapist,' the Professor told Manila Times on the afternoon of twenty first. 'I don't know what my wife ever sees in that SOB. He raped three women at Afghanistan in exchange for freedom. Pretty coward I'd say. Such display of cowardice irks me that I wanted to strangle the life out of his lungs.'

The professor also related about the celebrity surgeon's recent meetings with the ex-fiancé this past few weeks that led to the fallout of Cane's relationship with an unknown PhD student studying in the same university. He said 'He was probably stringing the poor unsuspecting girl all along. I think he intended to get back with my wife and prove to the universe how he should've been the one in my shoes. He never did took the rejection very well five years ago.'

Ibinaba na niya ang dyaryo nang hindi na niya maatim pang basahin ang buong artikulo. Nanlalaki ang mga matang tumingin siya kay Helion na nakahanukipkip sa kanyang harapan. She wanted to scream, wanted to hit something. But she just sat there, numb, shocked.

"I'm telling you now, Britanni. If you believe Carillo then I'm fucking disowning you as my sister!"

She flinched at the harsh comment. "D-Dapat... dapat ba ako'ng maniwala?"

"You tell me, idiot! Mahal ka ni Anthony! Why would he get back with El when in the first place, hindi naman niya talaga minahal ang babaeng 'yon? She was just a fucking distraction for goodness' sake!"

"They were scheduled to be married."

"If he really wanted to marry her, Britanni, I assure you, he'd have done it sooner after he proposed. But that's the thing. Hindi siya ang nag-propose. Si El!"

Napanganga siya. Oh hell. She was pretty sure the whole world just turned upside down.

KABANATA XV

MAKAILANG beses na lumunok si Britanni bago siya nagkaroon ng lakas ng loob na kumatok at pihitin ang seradura sa pintuan ng opisina ni Anthony sa university. But much to her luck, nakakandado ang pintuan. Damn. Ngayon tuloy ay kailangan niyang hanapin ito sa buong building and had to risk seeing Professor Carillo. She was too afraid she'd deck the bastard once she sees him.

"Hindi siya pumasok."

She jerked in surprise and whirled around to find a female student glaring at her. Muli siyang lumunok. The woman screamed murder at her. Malamang ay isa sa mga fangirl ni Anthony ang isang ito.

"Hindi siya pumasok?" ulit niya sa sinabi nito.

"Ilang linggo na siyang wala. H'wag ka nang mag-aksaya ng panahon." Pagkatapos ay walang sabi-sabing nilampasan siya nito at nagtuloy na sa paglalakad.

She wondered briefly if the whole university knows the sordid details of their situation.

Nagdesisyon siyang dumeretso sa Dean's office at konsultahin na muna si Professor Ezekiel Dalton tungkol sa dapat niyang gawin. After all, malapit itong kaibigan ni Anthony. Marahil ay alam nito kung nasaan ang binata. Or better if he has some advices on how to climb a high Victorian gate.

She was seriously contemplating doing just that.

Kumatok siya't binuksan ang pintuan ng opisina ni Professor Dalton. Nag-angat ito ng tingin nang sumilip siya sa awang. Surprise lit up his eyes and he gaped at her for a second before shaking his head and gesturing her to come in.

Pumasok siya sa loob, isinarado ang pintuan at saka pinuntahan sa mesa ang butihing Dean. "Hey. I'm sorry, mali yata ang timing ko."

"No. No, no, it's okay. Maupo ka."

Masyadong antsy ang mga paa niya para manahimik sa isang upuan kaya naman inilingan na lamang niya ang alok ng lalaki.

"No, thank you, okay lang ako. I was just wondering kung alam mo kung nasaan si... si Anthony? Pumunta ako sa bahay niya, wala kasing sumagot no'ng nagdo-doorbell ako. I assumed he went here."

Muli'y rumehistro ang pagkabigla sa mukha ni Professor Dalton. "H-Hindi mo alam?"

Kumabog ang dibdib niya. Usually, sa pelikula, it's not a good thing when people ask that famous line. "No. What is it?"

"Nag-resign na si Anthony, Britanni. Three weeks ago, he sent me a resignation letter. It would take effect by next month. Hindi na siya pumapasok."

Oh shit. Pinahihirapan talaga siya ni Anthony. Where the hell would he go kung wala ito sa university at wala rin sa bahay?

"D-Do you have any idea kung nasa'n siya? Any place, Sir? Or kung saan nakatira si Mrs. Carillo as of this moment?"

Kumunot ang noo ni Ezekiel Dalton. "He's just probably in his home, Britanni. Sinubukan mo na bang tawagan siya?"

"Wala akong cell phone ngayon."

"Gusto mo bang tawagan siya?"

Sunod-sunod siyang tumango, grateful for the help. "Yes, please. But don't tell him na ako ang nagpapatanong. Baka kasi galit siya sa 'kin. Gusto ko lang malaman kung nasaan siya."

Tumango ang lalaki. Dumukot ito sa pantalon at naglabas ng cell phone. He started dialing then he waited for a brief second bago ito tumikhim at nagsalita. "Hey, Anthony. How are you?"

Tumingin si Professor Dalton sa kanya, kumukunot ang noo at napapailing sa hindi malamang kadahilanan ni Britanni. "Are you drunk, man? What the... Anthony! Are you okay?"

Nakaramdam siya ng panic. Drunk. Jesus. She'd driven the man to drink!

"Okay, where the hell are you? Tell me." Then again he listened. Pagkatapos ay muling kumunot ang noo sa pagkalito. "Anthony, you had better stop drinking or whatever it is that you're abusing right now. You don't sound coherent to me. Alam ko. She'll see you, trust me. Babalik siya, Anthony. Hintayin mo lang siya, okay? And stop drinking please."

Mayamaya pa'y ibinaba na ni Professor Dalton ang telepono at sa kanya itinuon ang atensyon. "I told you. He's home. But be careful, Britanni. A person with PTSD drinking isn't at all easy to handle. And please be patient with him. He's going to fuck up a lot of times but he needed you to weather all that. He loves you, Britanni. I've never seen him like that. He was... he was like a new man. When he looks at you he lights up like a goddamn christmas tree. Please be patient with him. He needs you."

It occured to her that maybe she never really did took this relationship on a permanent light. Gusto niyang maging permanenteng tao si Anthony sa buhay niya pero palagi niyang iniisip na magkakaroon at magkakaroon sila ng problema. That this is eventually going to end. And it did.

Pero kailangan niyang malaman kung ano'ng nangyayari. Kailangan niyang marinig kay Anthony kung talagang si Eleanor Evangelista ang pinipili nito at hindi siya. She'll try to live past that kung siya ang pipiliin ni Anthony. After all, the past is just the past right?

She hailed a cab upang marating ang Victorian house ni Anthony. His Avanza was still parked on his garage katabi ng isang puting Sedan na mukhang bago. She wondered kung may bisita ang binata. O baka naman naroon na naman si Eleanor Evangelista. She was suddenly afraid of what she's going to see there.

Hindi na siya nag-abalang mag-doorbell. Inakyat na lamang niya ang gate ni Anthony habang ipinapanalangin na walang makakita sa kanya't i-report siya sa mga otoridad. That would be pretty embarassing. Magmumukha siyang stalker ng lagay na 'yon at mas lalong nakakahiya kung nariyan pa ang bruhang ex-fiancé ni Anthony. She'd certainly die in shame.

She jumped halfway down and landed on her butt. Kahit ngumingiwi sa sakit ay minadali niya pa rin ang pagtayo upang tunguin ang pintuan. Strangely, the door was open kaya't mas lalo siyang kinabahan. Hindi niya alam kung ano'ng gagawin niya sakaling makita na naman ang babaeng iyon dito.

She experienced a sense of dé ja vu pagpasok niya sa loob. It was silent. Walang ilaw na nakabukas dahil maaga pa naman. Then she heard a clatter in the kitchen area. Natigilan siya.

"Anthony?"

Dali-daling nagtungo siya sa kusina upang tignan kung ano'ng tunog iyon. But she was horrified at the sight in front of her.

Broken glass, dirty counter, bottles of Jack Daniels and Petron Tequila on the floor and a massive hulk of a body lying limp beside the table. Napasugod siya agad-agad sa tabi nito nang mapagkilanlang si Anthony ang nakahandusay sa sahig.

"Anthony! Goodness, what..." naglapat siya ng dalawang daliri sa pulso ng leeg ng binata at pinakiramdaman kung pumipintig pa ba iyon o hindi na. She sighed in relief when she felt his pulse racing. The reprieve she felt was staggering she felt heady.

She took his face in her hands and kissed his mouth with so much longing. He tasted like woods and metal but she didn't care. She had missed him so much.

Anthony began to stir. Hinayaan niya ang binata na gumalaw-galaw. Ilang sandali pa'y sinubukan nitong magmulat ng mata. Pinaningkitan siya nito, tila sinisipat at kinikilala. Pagkatapos ay umungol. "Britanni..."

Napagkilanlan siya ng binata. At hindi ito nagagalit sa kanya. Oh God.

"Yes, baby? Makakatayo ka ba?"

Umiling-iling si Anthony saka muli siyang sinipat. "You... you l-look like Britanni. K-Know her?" he slurred, trying to focus his eyes and attempting to lift a hand out to her but to no avail. He was so drunk he could barely move. "S-She... she's m-my girlfrieeeend!"

Bumuntong hininga siya at nalaglag ang balikat. He didn't recognized her after all.

Kumilos siya't ipinulupot ang braso ni Anthony sa kanyang leeg at saka ito inalalayan patayo. He was heavy that they almost stumbled down kung hindi lamang napakapit si Britanni sa counter at nabalanse ang kanilang mga katawan. Inalalayan niya ang binata patungo sa kwarto nito but stopped dead in her tracks when she saw the door in wreckage. Napasinghap siya lalo nang sumilip sa silid at makitang kalat-kalat ang mga gamit doon.

The pillows were destroyed, the bed is not in proper position and everything else is scattered. Daig pa ng dinaanan ng bagyo ang kwarto ni Anthony.

"Damn..."

Kaya't wala siyang naging choice kung hindi ang ideretso ang binata sa isa sa mga guest rooms nito. Anthony was practically dead on his feet. She wasn't even sure kung magigising pa ito sakali mang subukan niyang akitin ang loko.

Saglit na iniwan niya si Anthony sa kama para kumuha ng basang bimpo. Pagbalik niya'y hindi pa rin ito kumikilos mula sa pagkakahimbing. So she went on unbuttoning his polo shirt and taking it off. Inalis din niya ang belt nito sa pantalon, thinking that it would irritate and hurt him kung sakali mang magpabaling-baling ito o madaganan nito ang belt buckle.

"Britanni... I want Britanni..."

Napatitig siya sa lasing na binata. He kept moaning her name, as if calling her out, willing her to answer.

Napalunok siya, hindi sigurado kung ano ang gagawin. "Baby. I'm here."

Hinaplos niya ang balisang mukha ni Anthony. Naalala niya ang itsura nito nang huling pagkakataong nakita niya ang binata. Noong umaga'y masaya pa ito. Napakapayapa ng mga mata, relax ang ngiti at tila isang christmas tree na sinindihan sa sobrang liwanag ng aura. Fast forward to now and he looks like death warmed over. Para nang pinagbagsakan ng langit at lupa ang buong disposisyon.

Nagmulat ito ng mata habang dinadampian niya ng maligamgam na bimpo ang mukha nito. He squinted his eyes at her at sa kanyang sorpresa'y bigla na lamang ngumiti. "Look like Britanni... D-D'you know her?"

"Anthony, ako 'to. Si Britanni."

Kumunot ang noo ni Anthony. Napakagat siya sa labi. He looks so adorable when he acts confused and puzzled.

Umiling-iling ang binata. "No. No, you can't be her. She... she left me."

Daig niya pa ang sinaksak ng patalim sa puso nang marinig iyon. Ni hindi siya makapagsalita. Because she did, didn't she? She left him.

At para bang nag-sink in din kay Anthony ang katotohanang iyon, his eyes became sad, misty even with unshed tears. Hindi rin nakaligtas sa paningin ni Britanni ang ginawa nitong paglukot sa bed dress ng kama.

"I thought she wouldn't. Akala ko naiiba siya. That she did care about me after all. But she saw... she saw my one slip and she ran. Sabi niya hindi niya ako iiwan. Nangako siya sa akin. But... but I can't force her to be with me if she doesn't want to. Gusto ko lang malaman kung masaya siya. Gusto kong malaman para maging masaya rin ako. Gusto ko lang siyang pasayahin."

Ni hindi namalayan ni Britanni ang pagtulo ng kanyang luha. Her heart broke over and over again when he said that.

God, baby. I'm not happy. I'm so fucking miserable!

Isa iyong malaking pagkakamali. Kay laking pagkakamali ng kanyang ginawa. Dapat nanatili siya't naghintay. Dapat hindi siya tumakbo at nagtago sa apartment ni Deanne. Dapat kinausap niya si Anthony, humingi ng paliwanag. Ng closure. Masasaktan siya, oo. Pero at least... at least alam niya kung ano'ng mali. At least alam niyang ginusto talaga ni Anthony ang nangyari.

But now she's second-guessing everything she saw that day. Hindi siya sigurado pero maraming loophole ang senaryong iyon. Maraming tanong ang nabuo sa kanyang isipan matapos ng ilang linggo niyang pagmumukmok. She should have let him answer all that.

But she didn't. And now...

Hindi niya napigil ang sarili at sa isang mahabang pagsinghap ay yumakap siya kay Anthony pagkatapos ay ibinaon ang mukha sa leeg nito.

Then for the first time in many years, she cried.

A GROAN alerted her of a presence behind her. Katatapos niya lamang halos linisin ang mga kalat sa kwarto't kusina ng bahay ni Anthony noon. Paglingon niya'y nadatnan niya ang binata na nakatapis ng tuwalya sa bewang, sapo-sapo ang ulo at tumutulo ang mga maliliit na butil ng tubig pababa sa makisig nitong dibdib, sa abdomen at naglalaho sa hangganan ng tuwalya sa bewang nito.

Then as if he sensed another presence in the house ay bigla itong nag-angat ng tingin. He stood frozen, staring at her like she was a ghost. Inaasahan na ni Britanni na magugulat si Anthony. He had not been sobered last night nang magpunta siya dito. And if she's guessing, malamang ay hindi ito tumigil ng pag-inom nitong mga nakalipas na araw. She was surprised he wasn't poisoned.

"Britanni..."

Hindi niya alam kung ano'ng gagawin o kung ano'ng sasabihin. So in response she just simply smiled.

Lihim niyang hinihiling na sana'y hindi pansin ni Anthony ang pamumula't pamamaga ng kanyang mga mata. Hell. That would be embarassing.

"Oh God!"

With that choked exclamation, he went to her, grabbed at her waist and pulled her against his warm wet naked body. Awtomatikong pumaikot ang kanyang mga braso sa leeg nito at ibinaon niya ang mukha sa kaliwang leeg ni Anthony, inhaling his masculine scent.

Heavens. How she'd missed this.

"T-Tell me you're here to stay." He husked, groaned, dropped frantic kisses around her neck and earlobe. "God, please, Britanni, tell me you're staying. Please. I can't bear to be stuck in this hell forever. I've been so miserable, baby. So fucking miserable I just wanted to crawl underground and bury myself there until I die."

Napasinghap siya't kaagad na tinakpan ng kanyang kamay ang bibig ni Anthony. "H'wag mong sabihin 'yan!"

Naramdaman niya ang paghalik ni Anthony sa kanyang palad. She curved into his body, silently wishing they could stay like that forever. Oh, Anthony...

"I love you."

Natigilan siya. Hindi makapagsalita, hindi makagalaw.

"Mahal kita, Britanni. I love you so much and I don't wanna say it because I didn't think love was enough a word to describe what I feel for you. I love you too much it hurts me to just look at you and hold you every damn time. Naiintindihan mo ba ako? Naririnig mo ba ako, baby?"

Yes. Tumango siya. Tumango siya ng sunod-sunod at parang ayaw tumigil ng ulo niya sa katatango. Yes, she understands him. Ganoon din ang nararamdaman niya kay Anthony. And it's so fucking funny.

Because they haven't known each other that long but they act so crazy, like a lovesick puppy.

"Say something, Britanni... Please..."

Sinubukan niyang ibuka ang kanyang bibig. Her throat was stuck, it seemed that she had forgotten how to talk at all.

"I... I miss you." She finally managed. Nanginginig ang labi niya, her shoulders trembling too with the strain and effort of willing herself not to cry. "And I love you too. And I'm so sorry I left. I didn't—"

That's when Anthony burst into words she couldn't understand. Pareho ng lenggwahe pero sa kasamaang palad ay hindi niya maintindihan ang sinasabi nito. All she could focus on was the pleading in his voice. The desperation, the pain, the anxiousness and the fear.

"If you want to I'll talk to a psych. I'll go to counseling, go to therapies. I'm so sorry, Britanni, please don't hate me. Don't be disgusted. I tried! I swear I tried!" humigpit ang yakap nito sa kanya, buried his head into her chest and babbled there like a frantic child. "I fell asleep I forgot to take the pill! Hindi ko siya nasaktan. I told her I'm sorry already. N-Naiintindihan niya. She won't press charges. And I swear I didn't do anything! Hindi ko sinasadya 'yon! S-She was just there and... and... she was the one I grabbed.

"But—fuck!—I didn't regret that. Because if that was you... if that was you I'd have gone crazy. I wouldn't be able to forgive myself if you were the one I hurt. I'm so sorry, baby. Sabihin mo lang sa 'kin kung ano'ng pwede kong gawin. Just... just tell me what I have to do to be perfect for you. To deserve you. I'll agree to anything you say just don't leave me please!"

Stunned, sinubukang iproseso ni Britanni ang mga sinasabi ni Anthony. But althroughout she nodded, traced soothing circles against his naked back.

Then it all dawned on her.

PTSD. Night terrors.

Oh God. Pakiramdam niya'y masusuka siya. She'd been all wrong. When Anthony asked her kung nakita niya, he meant to ask her if she saw his slip, his episode. And she nodded. She left. Oh fuck!

What an idiot she'd been!

KABANATA XVI

"**M**AY mga bagay akong kailangang sabihin sa 'yo, Anthony, before anything else."

It took guts for Britanni to blurt that out. Ayaw niyang sirain ang matiwasay nilang lambingan ni Anthony sa kama at ang tahimik na pagkukwentuhan nila tungkol sa mga nagdaang araw matapos ang kanilang emosyonal na tagpo sa kusina. But things has to be said. May mga bagay na dapat siyang aminin at mga bagay na dapat pag-usapan, however emotionally exhausted they both were.

Naisip niya na baka nangyayari ang mga hindi nila pagkakaintindihan ni Anthony ng madalas ay dahil hindi sila nagiging tapat sa isa't-isa. May mga itinatagong sikreto si Anthony and she's yet to tell him her own. At itong nangyari sa kanila ay isang patunay ng kakulangan nila ng komunikasyon ni Anthony. Muntik na niyang magawa ang pinakamalaking pagkakamali sa kanyang buhay: ang tapusin ang relasyon nila dahil lamang sa kawalan ng abilidad ni Anthony na sabihin sa kanya ang tungkol sa night errors nito.

It makes her cringe still sa isipin lamang na iyon.

"Rain check on talking? I want you right now."

Somehow ay napangiti siya niyon. "Gusto ko rin sanang ipagpaliban ito, Anthony, pero hindi pwede. Kailangan nating mag-usap."

Ramdam niya ang pagbuntong hininga ni Anthony sa kanyang leeg. He dropped a quick kiss on her lips before sitting upright beside her. "Okay. Mag-usap tayo. What is it?"

"Una, gusto kong pag-usapan si E—" and before she could mention the name of that woman, tumunog ang telepono ni Anthony na nakapatong sa bedside table.

Pareho silang nagpalitan ng gulat na tingin. Ngunit mayamaya lamang din ay inabot ni Anthony ang cell phone, tinignan ang rumehistro sa Caller ID bago iyon pinindot at sinagot.

"El."

Hindi na nagawa pang mag-sink in sa utak ni Britanni ang naging pag-uusap matapos banggitin ni Anthony ang pangalang iyon. But she did watched him carefully for any signs of a lovesick puppy so besotted with a teacup poodle. Wala siyang makitang kahit na ano. Just him going pale as white, his lips compressed in a firm line and a tick working in his jaw.

Milyon-milyong katanungan ang nagdaan sa kanyang isipan nang sandaling iyon. Ano nga ba talaga ang staying attraction ng isang Eleanor Evangelista sa isang lalaking kasing-kisig at kasing-intense tulad ni Anthony? Sa mga pagkakataong nasaksihan niya ang mga tagpo ng dalawa at batay na rin sa mga nakakalap niyang impormasyon, sa palagay niya'y hindi bagay ang babaeng iyon sa binata. She looks and sounded so much as ridiculously boring as a goldfish. While Anthony burns in bed and out of it, Eleanor Evangelista looked as though she better be out of the heat and in the cold refrigerator.

Fire and ice never mixed well, did it?

Napaisip tuloy si Britanni. Alam din kaya ni Eleanor Evangelista ang kakatwang takbo ng utak at ng katawan ni Anthony? Alam din kaya ng babaeng iyon ang mga karima-rimarim na naranasan ni Anthony sa Afghanistan at ang naging epekto niyon sa utak ng binata? Kaya ba sila naghiwalay ay dahil doon? Dahil hindi kaya ni Eleanor na tapatan ang ganoong klaseng mga kahilingan ni Anthony sa kama? At ngayong may isang babaeng kayang gawin iyon—namely her—nagbabalak na kaya ang ex-fiancée ni Anthony na balikan ang binata?

Goodness! That would suck real bad. Ayaw niyang makipag-agawan sa isang kagaya ni Eleanor Evangelista. Isa lamang naman siyang PhD student for crying out loud! Kung ikukumpara sa babaeng iyon, walang-wala siyang maibubuga maliban kung ang labanan ay ang itsura lamang. She has enough of shitload of insecurities to last her a lifetime. Hindi na niya kailangan ng marami pa.

Belatedly, she noticed Anthony getting up from bed and sheathing himself with decent enough clothes. Doon niya napagtantong may balak si Anthony na lumabas ng bahay at iwanan siya doon.

"Saan ka pupunta?" naguguluhan niyang tanong kasabay ng pagtayo mula sa kama. "Hindi pa tayo tapos mag-usap."

"I have to go. Kailangan ako ni El." Malamig nitong sagot na hindi na nag-abala pang lumingon sa kanya. "Hindi maganda ang sitwasyon, Britanni. I'm so sorry."

Kailangan ako ni El.

That four word stucked to her muddled brain. Ni hindi na niya narinig ang iba pang sinabi ni Anthony matapos niyon. Napaka-unfair lang kasi sa kanya na matapos sabihin ni Anthony na mahal na mahal siya nito, he'll come running at Eleanor Evangelista's beck and call.

At sa puntong iyon ay naramdaman niya ang galit na unti-unting umaakyat sa ulo niya. She realized it was so unfair. That it was so fucking unfair to her. All he said was rubbish! Mga kalokohang malamang ay sinabi lamang nito dahil sa panic at sa kagustuhang makuha siya pabalik. And God, did she fell for it!

Hook, line and goddamn sinker!

At ano'ng balak gawin ni Anthony sa kanya sakaling mabalikan nito si Eleanor? Gawin siyang kabit? Gawin siyang parausan dahil lang kaya niyang ibigay ang kung anumang naisin at kailanganin nito? She'd be damned if that was going to happen! Over her dead body would it!

"Kailangan ko lang ayusin 'to." Naulinagan niyang sabi ng binata na hindi mapakali sa pagmamadaling magbihis. "Babalik din ako kaagad. Hintayin mo ako rito, okay?"

And to add insult to injury, he was ordering her to wait here like a passive wife waiting for her rotten husband to come home from hustling it in the streets!

"Saan ka nga pupunta? Akala ko ba wala na kayong koneksyon ng Eleanor Evangelista na 'yon?" nakasimangot niyang sabi, pinipilit na itago ang panggigigil niya kay Anthony at sa inaasta nito.

"Nasa ospital si El, Britanni. Tinawagan ako ng kapatid niya, kailangan niya ako do'n."

Umigkas ang kilay niya roon, nanghihinayang na hindi nakita ni Anthony ang kanyang ekspresyon. "Ipinapaalala ko lang sa 'yo, Anthony, that you're a professor and not a goddamn doctor or a nurse! Aanhin ka niya ro'n? Bakit hindi niya tawagan ang asawa niya at siya ang papuntahin niya ro'n sa ospital? Bakit kailangang ikaw pa?"

He swung back to her, nakasimangot ang mukha at bakas dito ang pagkairita. "What's with the fucking third degree?"

Umapoy ang mga mata niya sa mas matinding galit na nararamdaman. "Third degree? Personal na 'yon sa 'yo? Then how would you take it if I ask you how many times you fuck that good 'ol plastic surgeon a day? I bet I'm now encroaching on some new intimate territories!"

Napamaang si Anthony, marahil ay nagulat sa intensidad ng kanyang mga sigaw at ng galit na nakahalo sa tonong ginamit niya. Nagmistula itong tila walang alam sa nangyayari sa kanyang paligid. He looked so pathetically endearing that she just wanted to slap the hell out of him for making her want to kiss him despite being so furious with him.

"Ano'ng... ano'ng sinasabi mo? Hindi kita naiintindihan, Britanni. Bakit galit na galit ka?"

"You're going to her, Anthony! Pupuntahan mo siya habang ako eh maiiwan dito, nag-iisip kung sa wakas eh nagkabalikan na ba kayo at kung pina-plano mong isama ako sa maid of honors sa kasal n'yo para gawing pampalubag ng loob!"

His face crumpled, as if horrified by the thought. "My God, Britanni! I wouldn't know how insecure you were if you hadn't helped me figure that out tonight!"

"As the old adage went, walang usok kung walang apoy." Mapait niyang wika na inilingan lamang ng binata ngunit hindi niya pinansin at sa halip ay nagtuloy lamang. "Naging engaged kayo ng may katagalan, Anthony. May rason akong isipin ang mga gano'ng bagay. After all, kanino ka ba pupunta ngayon samantalang hindi pa natin tapos ayusin ang mga bagay na dapat nating ayusin para umusad sa relasyong ito? You're running off to your precious El after a very brief phone call na para kang isang tutang tatakbo pabalik sa amo kapag hinihila ang mga kadena mo!"

"Stop it! Nasa ospital siya for goodness' sake, suffering a trauma and a concussion dahil sa isang car accident! Sobra-sobra ba kung hihilingin ko ang pakikisimpatya mo at ang tiwala mo sa akin, Britanni? You're my domme! You're supposed to make me feel safe and cocooned with love! But all along you just gave me lots and lots of heart aches and grief! You don't deserve me. You do not deserve me at all!"

Nagtagis ang bagang niya. That's a bit close to the hit. Alam niyang may punto si Anthony. Pero alam rin naman ng lahat ng nakakakilala sa kanyang may temper siya na kayang pahiyain ang temper ni Chuck Norris at hindi niya kayang kontrolin iyon kapag sumasabog.

Kagaya na lamang ngayon.

"Well why the hell are you here then?" alam niya, even after she said that, na pagsisisihan niya ang mga salitang iyon. At para nga siyang binuhusan ng malamig na tubig sa ibinalik na sigaw ni Anthony.

"Because I fucking love you that I'd rather be miserable with you than be miserable without you!"

Napamaang siya at sa gulat ay hindi na nakayanan pang magsalita. Tila ba nanuyo ang kanyang lalamunan at ang tangi lamang niyang nakayagang gawin ay ang titigan ang binatang nakakuyom na ang mga palad sa galit at desperasyon sa inaasal niya.

She acknowledged that she was pretty stupid to ever believe this jerk. Pero sa tuwing sinasabi nitong mahal siya ng binata ay parang ice cream na natutunaw ang mga itinatayo niyang depensa't mga barriers sa pagitan nila. She realized Anthony had her number already. Alam na nito ang kahinaan niya. Parang si Eros.

Pero hindi naman ito si Eros. Hindi ba?

Huminga siya ng malalim. Nailing na lamang at pilit na iwinawaksi ang isiping iyon bago bumaling ng kalmado kay Anthony na nag-uusok pa rin ang ilong sa galit.

"Okay. It seems like we reached a stalemate. So how about this: Hindi na ako magsasalita, hindi na ako makikipag-away. I wouldn't even make an issue about this particular thing you have for Eleanor Evangelista. But you have to let me come with you to the hospital."

Kinunutan siya ni Anthony ng noo, probably wondering kung ano'ng flavor ng katol ang hinithit niya kaninang umaga bago siya magpunta rito.

Because seriously? Who in their right minds would want to see their beloved's ex-fiancée?

ON HAND na nasaksihan ni Britanni kung paanong ituring ng pamilya ni Eleanor Evangelista si Anthony na parang asawa ng babae. Pagdating na pagdating nila sa ospital ay napahiwalay kaagad sa kanya si Anthony dahil sa kagustuhan ng mga magulang na nakabantay na makita ng binata ang anak nila. Wala siyang nagawa roon at ni hindi na nga nag-abala pa si Anthony na magpaalam sa kanya. Basta't nagtuloy-tuloy na lamang ito sa private ward ni Eleanor.

And as if rubbing salt to an open wound, hindi pinansin ng mga ito ang kanyang presensya. Ni wala ngang nag-abalang magtanong kung sino siya at kung ano'ng ginagawa niya roon. Ang ending tuloy, mukha siyang tangang nakatayo sa labas ng pintuan ng private ward at hinihintay na iluwa niyon ang nobyo niyang tila nag-eenjoy pa yatang makasama si Eleanor at ang pamilya nito.

Then she made the mistake of peeping into the room. At halos gumuho ang buong mundo niya nang makita si Anthony na nakangiti na para bang isang christmas light na sinindihan at hawak-hawak ang kamay ni Eleanor habang masayang nakikipagtawanan sa mga magulang nito't kapatid.

She gritted her teeth in annoyance at saka isinarado ang pintuan.

Nagsimula siyang maglakad, gulo ang isip at hindi alam kung saan tutungo. She originally planned to get some coffee sa vending machine na naroon. She decided that's what she's going to do.

Hindi niya maiwasang isipin kung ano talagang nararamdaman ni Anthony kapag kasama ang ex-fiancée nito. Kung ano ba talagang iniisip ni Anthony at kinailangan pa siya nitong paikutin ng ganito. Bakit hindi na lang sabihin sa kanya kung ano'ng totoo? It's just whether he loves her or he loves Eleanor Evangelista. Ganoon ka-simple. Hindi niya alam kung bakit kailangang maging komplikado. So perhaps the woman doesn't like being a dominant. Big deal. De i-introduce siya sa lifestyle! Britanni's pretty sure na matapos nitong ma-inform at maging aware sa joys at pleasure ng BDSM lifestyle ay maaadik din kahit ang pinakahuling descendant ni Maria Clara sa mundo.

"It's hard to feel like an outcast, isn't it?"

Napalingon siya at nagulat nang mapagkilanlan ang lalaking nakatayo sa tabi ng vending machine, hawak ang isang cup ng kape at nakangiti ng tipid sa kanya.

"Professor Carillo."

"Please. Call me Thomaso. Or Thomas, whichever you prefer it."

Nag-aalangan man ay ngumiti siya't umiling. "No. I'd rather call you Professor Carillo. Nakakailang, eh."

"If that's what you prefer." He nodded. "So uh... I'm guessing na naka-lock ang pintuan?"

Kunot-noo siyang umiling at sinabayan ng paglalakad patungo sa waiting area si Professor Carillo. "No. I just... I didn't want to intrude."

Dinig niya ang pagbuntong hininga ng propesor na para bang dala-dala nito ang kabuuan ng pasanin ng mundo. "Pasensya na nga pala sa lumabas na article." He told her symphatetically. "I was just furious that time. And a bit drunk. Thinking about it now, that's pretty low even for me. Kahit naman gaano ako kagalit kay Anthony, I think the things he suffered back in Afghanistan was punishment enough for all the crimes he committed."

Napakagat siya ng labi upang pigilan ang pagsagot sa propesor ng kung ano'ng hindi maganda. Sa halip ay sinabi niya, "Hindi. Okay lang."

At ang nakapagpagitla sa kanyang sarili noong mga sandaling iyon ay ang kanya mismong katanungan, "Kung okay lang naman sa 'yo at hindi nakakainsulto ang dating, would you tell me about the three of you? Anthony, Eleanor Evangelista and you, Professor?"

"There's not much to tell." Pagkikibit nito ng balikat. "It's just another plain story of girl meets boy that ended in a different light. Me and Anthony were close friends from College. Girlfriend ko si El noon. Nag-break kami apat na taon matapos naming grumaduate. A year later I was told that Anthony and her got engaged. Nagkaroon ng lamat ang pagkakaibigan namin ni Anthony noon. He kind of just came back from Afghanistan then but he knew I still love El so very much. He didn't even had the guts to tell me he's sorry. He just went around parading El in my face.

"No'ng hiwalayan siya ni El, I saw my chance. Ako ang sumalo sa kanya. Nagpakasal kami, pinilit ko na paalisin sa utak niya si Anthony. I thought I was somehow getting into her. Pero nitong mga nakakaraan, she keeps going back to him, trying to see if she can slither her way into his home and into his bed. I did have a guess that maybe it was partly due to the knowledge that Anthony's networth was pretty much growing so fast. Hindi naman itinago ni El ang katotohanang ang staying attraction niya kay Anthony noong una eh pera. But then she asked for an annulment. And it got so muddy from there."

Woah. Annulment? It's that serious? Mas gusto pang harapin ni Eleanor ang iskandalo ng isang annulment case kaysa ang makipag-ayos na lang sa asawa niyang mukha namang mahal siya? Fucking A.

"H'wag mo sanang mamasamain, Britanni." Ilang sandali pa ng katahimikan ang nagdaan nang muling magsalita si Professor Carillo. "Sa tingin ko naman ay mabuti kang tao. Maganda ka, matalino. You have a very bright future ahead of you. This is not because of my personal hatred against Anthony that I'm telling you this. Pero bata ka pa. You can do better than this. Don't settle for less—*never* settle for less. Kung magpapatuloy ka sa pakikipagrelasyon mo kay Anthony, that would be what you're doing, Britanni. Dahil hindi kayang bitawan ni Anthony si El gaya ng hindi rin kayang bitawan ni El si Anthony. During Anthony's recovery from the horror of Afghanistan, El was there. They had a connection even I cannot destroy. Ano pa kaya ikaw na halos isang estranghero sa buhay ni Anthony?"

Napalunok siya sa sinabi ni Professor Carillo. Sapul na sapul siya ng mga iyon. At nang mga oras na iyon, pakiramdam niya'y nakikita niya ang kanyang hinaharap sa harapan niya mismo.

Tama ang propesor. Sa ayaw man niya o sa gusto niya, palaging tatakbo pabalik si Anthony kay Eleanor. Baka ten years or later ay maging kagaya na rin siya ni Professor Carillo. Bitter. Devastated with her own bitterness and desperate because all she could feel is bitterness.

Walang paalam siyang tumayo nang may buong desisyon sa kanyang isipan at saka nagtungo sa information desk sa lobby ng ospital.

"Pwede bang makahiram ng ballpen at papel, Miss?" tanong niya sa babaeng nurse na nag-abot naman sa kanya ng kulay asul na memo pad at isang ballpen.

She scribbled on the paper, held it back to the nurse and asked her to deliver it to Anthony Cane who was in Eleanor Evangelista-Carillo's ward bago tuluyang umalis sa lugar na iyon.

I realized some terrible terrible things, Anthony. I'm sorry pero hindi ko kayang gawin ito. Hindi kita iiwan. No, not yet. Kailangan nating mag-usap. At maghihintay ako sa bahay mo kapag tapos ka na sa pagtupad mo ng role mo bilang asawa ni 'El'. Pero binabalaan na kita ngayon pa lang, if you're really ready to face me later, be warned that you should know where your priorities lay, baby. It's either just me or her. Because I won't settle for less, Anthony. I won't allow myself to settle for less. Be reminded of that.

A very pissed off and disappointed Domme,

Britanni Knight

KABANATA XVII

NANATILI siya sa guest room na inokupa nila kaninang umaga ni Anthony hanggang madaling araw. It had been a challenge for her to stay calm and prevent herself from calling him. Sinabi niyang maghihintay siya at iyon ang gagawin niya. But it doesn't have to mean that she likes it. Because right now, her wits are at an end.

Gustong-gusto na niyang sabunutan ang sarili niya at dumapa na lamang sa kama upang umatungal ng iyak.

Alas kwatro ng madaling araw nang maganap ang tawag na iyon. Nakita niya ang cell phone niyang ibinigay ni Anthony dati sa kanya sa may tokador ng kusina at naisipan niyang i-text si Deanne para lamang pigilan ang pagdalaw sa kanya ng antok. Nagpapalitan sila ng text messages up until that moment when her phone rung.

Helion. She recognized the digits. That was definitely Helion calling her.

"Hel?"

"Nasaan ka?" the voice on the other line demanded. "H'wag kang lalabas at h'wag kang pakalat-kalat sa kalsada, Britanni. Nanganganib ka. Magpapadala ako ng security details. Nasaang lupalop ka na naman ba nagpupupunta?"

Kumabog ang dibdib niya. Panic is audible in Helion's voice at nahawa siya sa panic na iyon. "B-Bakit? Ano'ng nangyayari?"

"May sulat na ipinadala sa club na naka-address sa 'yo. I had an inkling kaya't ipinabukas ko 'yon sa mga pulis. You just received a threat, Britanni. And from someone na na-involve o nai-involve pa lang kay Anthony."

Nanlaki ang mga mata niya, hindi makapaniwala sa narinig. Anthony? Involved kay Anthony?

"Does this mean na ang may pakana ng sunog sa office ko at 'yong nagnakaw ng cell phone ko ay parehong tao na nagpadala sa akin ng letter?"

"Probably, yes."

"What did the letter say?"

"Una raw na naging kanya si Anthony at gagawin niya ang lahat para ma-dispatya ka. I'm guessing she'd known beforehand na may kung ano'ng atraksyon sa 'yo si Anthony kaya't sinubukan niyang pigilan 'yon by stealing your cell phone and sabotaging your relationship before it even began. Hindi ko alam kung sinong ituturo, Britanni. Do you have any idea? May kung sino bang nanggugulo sa relasyon ninyo?"

Yes. The dark haired petite plastic surgeon na nasa ospital ngayon, nursing a concussion. God...

Bigla siyang nanlumo. Nag-init ang sulok ng mga mata niya at hindi niya alam kung matutuwa ba siyang sa wakas ay may dahilan na siya upang lalong ipagdiinan sa kokote ni Anthony na dapat na nitong lubayan ang ex-fiancée nito o kung maglulupasay ba siya sa sahig dahil habang tumatagal ay nagpapatong-patong ang mga problema ng relasyon nila ni Anthony.

It was as if the heavens was telling them no. As if someone doesn't want them together.

"Britanni?" untag sa kanya ni Helion nang marahil ay natagalan siya sa pagsagot.

Lumunok siya. "Y-Yes. I mean no, hindi ako sigurado, Hel. Sasabihin kita kapag nakausap ko na si Anthony."

"Paano 'yong security details?"

"Ipadala mo sa bahay bukas. I'll be there."

"Mag-iingat ka palagi. Okay? Call me all the time. I love you, sis."

Gusto niyang umiyak. Dahil matapos ang lahat, pamilya lang naman talaga niya ang siguradong magmamahal sa kanya ng walang hinihinging kapalit. Eros was becoming the goddamn prophet as time passes by. Dahil tila yata lahat ng sinabi nito sa kanya ay nagiging totoo na.

Wala nga yatang magmamahal sa kanya ng totoo. Wala nga yatang makakatiis sa nakakabaliw niyang preference at lifestyle. Baka sadyang nakatadhana talaga siyang mamuhay ng mag-isa. Alam ng langit na sinubukan niya. She'd tried so very hard to become another person she's not para lang mapatunayang kaya rin siyang mahalin ng kahit na sino. That someone will love her so much just as she wish they would.

Pero napagtanto niyang masyado na niyang ibinababa ang kanyang sarili. Yes, maaari nga siyang mahalin ng mga ito kung gagawin niya iyon. Subalit sa huli, it would be an empty victory. Dahil sino bang mamahalin nila? Ang tunay na siya o ang Britanni na nagpapanggap na ibang tao para sa mata ng marami?

Para bang sinagot siya ng langit nang biglang bumukas ang pintuan at iniluwa niyon ang isang pagod at lukot-lukot ang damit na si Anthony. Weary exhausted eyes focused on her immediately. Nakita sa ekspresyon nito ang tensyong pinipigil at ang galit. Alam niyang bubungaran siya nito ng sigaw o ng kung anumang masasakit na salita but for a split second, his expression reduced into panic and worry. Anxiety filled his tense frame as he surveyed her curled up on the bed, sobbing her heart out.

"No... Oh no, no, no, baby. Noooo. Don't cry please. I don't deserve your tears. Please don't cry."

She felt incredibly stupid right at that moment. Because really. Who's dominant would stupidly show her own weakness to her sub? Siya lang yata. And for a pathetic reason that she's scared of what's happening to her life. So what if her life's in shambles right now?

Mabuti nga siya'y nakakakain ng tatlong beses o higit pa sa isang araw samantalang ang iba'y hindi.

Stop crying over something pathetic, Britanni. Just suck it up and be a woman, dammit!

Pinilit niyang hindi pansinin ang bigong ekspresyon ni Anthony as she sits upright and violently wipe her tears away. Kung saan-saan siya tumingin maliban sa binata. She might be a dominant but dominants are allowed to be coward at times too.

"Okay. So what's it gonna be, Anthony? Me or your precious El?"

"I just don't understand this sick obsession of yours with El, Britanni. Matagal na kaming wala, dammit! Matagal na kaming tapos. We've been over even before I've known of you. Trust me, kung alam kong mayro'ng isang kagaya mo sa mundong 'to, I would have waited for you. I would have sat in my couch for thirty four years waiting for you to come! But as it is, Britanni, I didn't fucking know! Why condemn me for something I don't have a hold over!"

Her lower lip trembled. Pakiramdam niya'y sarili lamang niya ang nilalabanan niya rito. And that's the freaking problem. She'd had too much shit that she can't even be capable of trusting if what Anthony was saying is all true. Hindi niya alam kung maniniwala ba siya sa sinasabi ng utak niya o sa sinasabi ni Anthony. Hindi niya alam kung pinaglalaruan lang ba siya ni Anthony gaya ng ginawa sa kanya ni Eros.

At doon din naman talaga babalik ang lahat, hindi ba? Sa ginawa sa kanya ni Eros. Sa mga pinaniwalaan niya noon at sa mga naging takot niya sa kanyang sarili dahil sa mga sinabi ng lalaking iyon.

She heaved a deep breath bago naglakas ng loob na salubungin ang malamlam na tingin ni Anthony. Her heart broke when she saw how devastated he looked. How defeated his stance is and how his shoulders trembled in anxiousness and alarm.

Ayaw niyang gawin ito. Ayaw niyang saktan ang binata. Ginawa na niya iyon noong nakaraang tatlong linggo. Hindi niya alam kung gaano nasaktan si Anthony sa nangyaring pag-alis niya when she swore she wouldn't do that. At ginagawa na naman niyang muli iyon. God. Ayaw niyang gawin ito pero pakiramdam niya'y patuloy lamang nilang masasaktan ang isa't-isa kung hindi nila aayusin ito ngayon habang maaga.

"When I saw you that fateful day, Anthony..." nakita niya ang pamumutla ng mukha ng binata nang banggitin niya ang araw na iyon. He looked as if he wanted to run, as if it was such a strain for him to want to stay. But he did. And for that she was grateful. "I had an earphone plugged in my ears, I wasn't able to hear anything prior to our conversation. Then when I saw your ex-fiancée in your bed with you naked and having a major boner that you and her..." Napabuntong hininga siya at tila gustong sabunutan ang sarili sa tuwing naaalala ang sandaling iyon. "It was the natural conclusion, Anthony. Hindi mo sinasabi sa akin ang tungkol sa Posttraumatic stress disorder mo. Ano bang dapat kong isipin doon?"

Tila binuhusan ng malamig na tubig si Anthony. He looked like death warmed over. Hindi malaman ni Britanni kung sinadya nito ang pag-upo sa malapit na couch o kung sadyang nanghina na lamang talaga ang tuhod nito sa nalaman. His shudder was achingly visible na halos tusukin na ng kanyang mga luha ang gilid ng kanyang mga mata habang pinanonood itong mamutla.

"Hin... Hindi mo nakita ang... ang g-ginawa ko kay El?"

Napatungo siya't waring biglang nagkaroon ng interes sa sahig. "I remember you talking—shouting something at her. You were frantic then, I realized, probably scared or... or something—"

"Horrified." Sansala ni Anthony sa nanginginig na tinig. "Totally and completely horrified at what I've done. Scared that maybe El is going to sue. Then you're going to know how fuck up I really am. Because... because let's face it." Isang mapait na tawa ang kumawala sa bibig ni Anthony. "Who's woman in her right mind would want a man who would very likely rape her while sleeping!"

Britanni, apparently. Because even after she heard it straight from his mouth, she still want him. Love him like none other she'd ever loved before.

"God, akala ko... akala ko nakita mo! I thought you've seen my slip and you ran away because of that!" he choked, stilling his worried eyes on her. "God, Britanni... Do you know how that hurt me for weeks? My God! I've been to hell and back to try to forget you. I've spent my birthday buying you things I wanted to buy for you because somehow that made the pain more bearable. I was even prepared to live like that for the rest of my life just to keep me from hurting so much! And yet you... you ran away because you thought I'd been shagging El behind your back? God! I don't know if I'm going to jump up and down in glee or if I just want to strangle you for doing this to me!"

She flinched. Hindi naman niya kayang itanggi ang mali niya. It was her mistake at aaminin niyang malaki ang kasalanang iyon. Pero hindi rin naman siya pwedeng sisihin ni Anthony. Natural lamang na isipin niya ang ganoon. After all, Anthony didn't exactly soothed her insecurities from the get-go and instead heightened it even more with him parading Eleanor before her eyes.

Hindi naman dapat na mapunta sa kanya ang lahat ng sisi.

"I'm sorry dahil ginawa ko 'yon, I'm sorry dahil inisip ko 'yon." She breathed at malakas ang loob na tinignan si Anthony sa mga mata. "Pero masisisi mo ba ako? Malinaw na malinaw na gusto ka niyang bumalik sa kanya, Anthony. And you're clearly feeding her motives and encouraging her advances all the more habang nagre-respond ka sa kanya kagaya na lang ng nangyari kagabi!"

Napatayo si Anthony, napasabunot sa lumalagong buhok at lumukot ang mukha. "I don't know what else to tell you for you to believe me that I have nothing for El anymore! Ikaw na ang mahal ko! Ikaw na lang ang importante sa akin, Britanni, why the hell can't you see that?"

"Well it's fun being tossed aside like a rag doll last night while you go and act as her husband, Anthony." pamimilosopo niya sa binata. "I can feel the love."

"Bullshit! I'm guilty as hell, Britanni! I'm guilty of being happy with you while El is messed up with her marriage because I ruined her for any other man! Because that's what I do, Britanni! That's what I fucking do! What I touch, I destroy. And I'm so fucking guilty when five years ago, I couldn't meet El's ultimatum and she eventually had to break the engagement because it was clear to her that I have no intention of really marrying her!"

Natigilan siya. Anthony was the catalyst for that breakup? Hindi dahil ayaw na ni Eleanor sa kanya kung hindi dahil nakita ng babae na walang balak si Anthony na pakasalan ang kawawang babae?

Natawa siya ng mapait. "Iyon siguro ang dahilan kung bakit kating-kati siyang dispatyahin ako dahil akala niya'y babalikan mo siya kapag wala na ako."

She realized her slip nang biglang mag-apoy ang mga mata ni Anthony at nag-igting ang bagang nito. Napakagat siya ng labi at napahinga ng malalim. Bakit ba niya nasabi iyon? Wala siyang intensyong ipaalam kay Anthony ang mga pagtatangkang naganap sa kanyang buhay. Lalong-lalo naman na ang kanyang hinala na ang isang kagaya ni Eleanor Evangelista ang gagawa niyon.

Pero wala na siyang pagpipilian. Siya ang nagsimula. At siguradong hindi mangingimi si Anthony na tapusin ang sinimulan niya.

"Ano'ng sinabi mo?"

Napalunok siya, napabuntong hininga nang mapagtantong wala na siyang kawala.

Tumayo si Britanni. Nagpalakad-lakad habang iniisip ang mga tamang salita upang ipaliwanag kay Anthony ang nangyari. Kailangan niyang maging maingat na hindi gulatin ito or else he might run for the hills this time. Or maybe get pissed enough that he'll march back to Eleanor's hospital and strangle the life out of the bitch.

She just needed to play her cards right.

"Britanni."

Bumuntong hininga siya. *Well, here goes nothing.*

"Naalala mo 'yong nawala kong cell phone?" panimula niya sa kwento na tinanguan ni Anthony. "Sunday, the third floor of the Clique has been deliberately targeted. Nasunog ang opisina ko pati na rin ang kalahating parte ng kay Helion. My brother's pretty pissed off by the way. Then after further investigations, arson ang naging sanhi ng sunog. May kung sinong nagpanggap bilang isang customer, umakyat sa opisina ko at nagsindi ng apoy sa kurtina ko na kumalat hanggang sa umapoy ang buong opisina.

"We all thought it was nothing. That maybe this person just gone bonkers on us or he's just a whackjob or whatever. Pero no'ng na-retrieve lahat ng nailigtas na gamit sa opisina ko, I found my old cell phone there with a wallpaper that said I will pay. Pagkatapos kanina, tumawag si Helion. Nakatanggap daw ako ng e-mail sa club, pinagbabantaan akong dispatyahin dahil mas nauna raw siya sa 'yo kaysa sa akin. Pretty nuts I tell you. Now if you don't think that's Eleanor, mag-aaway talaga tayo, Anthony."

Itinaas ni Anthony ang mga nanginginig na kamay at hinilamos iyon sa mukha. Stunned, she could see that. He was stunned but confused all at the same time. Hindi rin nakalampas sa kanyang mga paningin ang ginawa nitong paghaplos sa kaliwang dibdib na tila ba may kung ano'ng pinapalis na sakit doon. Her heart clench tight at that gesture.

"Impossible, Britanni. That's very impossible. Hindi magagawa ni El 'yon." He gave her a pained look, begging her to understand what he's trying to say.

Napakagat siya ng labi at pinigilan ang sariling mag-dive sa kama at humikbi roon ng pagkalakas. Hindi na niya sigurado kung ano'ng dapat na maramdaman. He was taking Eleanor's side and not hers.

"Why do you have so much faith on her, Anthony?" nanginginig ang boses na tanong niya, unshed tears piling up on her eyes.

Anthony's expression softened and alarm flashed through his eyes. "Oh, God, baby please, no. Don't cry again please. Kailangan mong maintindihan, Britanni. Ako ang nanakit kay El at hindi siya. Please, baby. Wala kang dapat na ipagselos o ipag-alala. She doesn't know what you know about me. She loves the shell and not the man! Not me, Britanni! Hindi niya ako kilala!"

Hindi siya makasagot. Hindi niya rin naman alam ang isasagot. At nang marahil ay hindi makatiis, isinarado ni Anthony ang maliit nilang distansya saka kinuha ang kanyang kamay at inilapat sa makisig nitong dibdib. Ramdam niya sa ilalim ng kanyang palad ang lakas ng tibok ng puso nito. And somehow, pinakalma siya niyon, made those ugly memories fade away in the background.

"Look at me, baby, up here where my eyes are." Sinunod niya ang binata. And what he saw in his eyes stunned her. Love. Sobrang pagmamahal na ikinalunod niya. There was adoration in his expression. "See that? Nakikita mo ba, Britanni? Nakikita mo kung gaano kita kamahal, baby? Because I do. I love you so much. I love you too much to hurt you. Hurting you would feel so much like losing a limb. Hindi mo alam kung gaano kasakit at kahirap para sa akin ang mga nagdaang linggo!

"Tell me really, baby. Why do you have this... this insane idea that I will leave you for El? For my poor former fiancée who didn't even had a glimpse of the man you're seeing right now? Bakit ayaw mong maniwalang mahal kita? Because—God!—you want it! I know, I see you want it, my love. But why won't you believe it when I tell you that I'm so crazy for you? That I'm obsessed with loving you?"

Because I just don't deserve it. I just don't.

At sigurado siyang nakita ni Anthony ang sagot sa mga mata niya nang maramdaman niyang natigilan ang kaharap. Nag-iwas ng tingin si Britanni, pumikit at hinintay ang mga susunod na pangyayari.

"Eros." Halos pabulong nitong wika, rage lacing his shocked voice. "God! Hindi ako ang problema, hindi ba? It's what that bastard did to you!"

Tumulo ang isang takas na luha mula sa kanyang mga mata at dali-dali niyang inalis ang kamay ni Anthony na nakahawak sa kanya. "I'm sorry. I'm so very sorry, Anthony."

Saka siya umiiyak na tumakbo sa *en-suite* ng silid at nagkandado ng pintuan.

KABANATA XVIII

WHEN Britanni emerged from the bathroom an hour later, natagpuan niya si Anthony na nakaupo sa dulo ng kama, nakapatong ang siko sa mga hita at nakabaon ang yukong ulo sa mga palad. She felt horrible. She felt like a bully. Nasasaktan siyang makita itong ganoon. And something inside her snap.

She dropped down on her knees in front of him at iniangat ang mga kamay upang masuyong tanggalin ang mga palad ng binata sa mukha nito. He looked horrible. Like a man who was on the verge of losing everything.

"Anthony. I'm sorry, baby. Hindi lang naman ikaw ang nalilito. Naguguluhan din ako. Hindi ko alam kung ano'ng gagawin para maayos ang lahat ng 'to. Maniwala ka sa 'kin, baby, gusto kong maayos ito. I want to fix this so bad that I'm willing to exorcise all my demons if you are."

Yes. Sa loob ng isang oras na napag-isa siya'y napagtanto niyang mas mahalaga si Anthony kaysa sa sarili niyang insekyuridad. Kung patuloy siyang tatakbo sa tuwing nagseselos siya o nakakaramdam ng insekyuridad ay paulit-ulit lamang niyang masasaktan si Anthony. And she'd end up hating herself in the process because she's hurting the only thing that matters to her now.

"Y-Yes..." he whispered tensely, uncertainty mixing his anxiousness. "Britanni, I'm all yours. I'll tell you everything you want to know. Just please... please I want us to work out. I want us forever. I can't stand living the same way I did for these last few weeks."

Distress was audible in his voice na hindi niya na napigilang ikulong ang mukha nito sa kanyang palad at paulanan ng halik ang binata. Oh God, she loved him so much. Love him to the deepest core of her soul at hindi niya na alam kung paanong mabubuhay ng wala si Anthony.

"I told you about Eros, didn't I?" tumango si Anthony, hinawakan ang kanyang kamay and nuzzled his face against her palm. "But I didn't told you about me."

Napatingin sa kanya si Anthony. Kumunot ang noo nito at bakas ang pag-aalala sa naging ekspresyon. "Ano'ng tungkol sa 'yo?"

"I was a professional domme, Anthony. Ginawa ko ang ginagawa ni Deanne ngayon bago pa man niya ako dalhin sa Maynila."

Kumunot ang noo ni Anthony. "A dominatrix?"

Tumango siya. "Yes. I lied by omission when I told you I'm not a sadist. I *was* a sadist. Until after Eros."

"What did the bastard do?"

Memories came flooding back to her. Napasinghap siya nang makita ang sarili niya sa kanyang isipan, umiiyak at awang-awa sa sarili. It was the shock, she realized. The shock of someone she loved and cared about spitting fires at her, wounding her with every word that comes out of his mouth.

Sari-saring emosyon ang naramdaman niya habang pilit na umuusad mula sa pangyayaring iyon. Una'y sakit, naging galit at naging kahihiyan nang mapagtanto niyang may punto si Eros kahit na papaano.

"Eros liked being flogged so much while restrained. It had been no secret that I like making him happy. That night we were in the dungeon. I was hoping after administering a few hits I'd tell him how I feel while locking his collar around his neck. But he unlocked the damn thing and threw it on the floor while laughing at me. He said things... like... like how I was a sick bastard, gaining pleasure from another's pain. Sinabi niyang walang magmamahal sa akin ng totoo. That being in the damn business and lifestyle would eventually be my downfall.

"Subconsciously, siguro iniisip kong totoo ang mga sinabi niya sa akin no'ng gabing 'yon. Sinubukan ko naman ulit, eh. Believe me, sinubukan kong gawin ulit ang mga bagay na ginagawa ko no'n makalipas ang anim na buwan. Pero hindi ko kaya. Pakiramdam ko nasusuka ako. I couldn't draw blood anymore, Anthony. I couldn't see a submissive in restraints because it made me feel trapped, like I was so scared that they will turn around and tell me how sick I am. How disgusting I am. You have to know that it was hard for me to trust you and what you say. But I want you to love me. I love you, baby, and I want you to feel the same way. But somehow it just... it just felt like I'm not supposed to deserve you. That I don't deserve to be loved."

Sa gulat niya'y bigla na lamang siyang iniangat ni Anthony at pinaupo sa kandungan nito. He dropped his face into her shoulder and pressed a lingering kiss to the bare skin. "You're wounded. And I'm sorry na ngayon ko lang naiintindihan. You have to know that I've put you into a fucking pedestal, Britanni. I never knew you were in this kind of pain. If I have, naging mas maunawain sana ako. Nagdahan-dahan sana ako, hindi dapat kita binigla. Dapat ako ang nag-alis sa lahat ng sakit na nararamdaman mo, ako dapat ang nagbubura lahat ng masakit na alaala ng gabing 'yon sa 'yo."

Napapikit siya at sa puntong iyon ay tumulo ang mga luhang kanina pa niya pinipigilan. Mahigpit na niyakap niya si Anthony, forever grateful that somehow, may isang taong nakaunawa kung ano'ng klase ng bagay ang nilalabanan niya sa mga nagdaang taon.

"Pakiramdam ko ang dumi-dumi ko, alam mo ba 'yon?" She whispered shakily and heard him groaned in anguish. Para sa kanya. Para sa kanya iyon. Nasasaktan si Anthony para sa kanya and God did that made her heart swell in so much love for him. "He made me feel dirty. But you, Anthony, you pick up the broken pieces and glue it together. Sorry dahil hindi kita pinaniwalaan tungkol kay Eleanor.

Sorry dahil hindi ko ipinaramdam na mahal kita. Sorry kasi iniwan kita at hindi ko tinupad ang pangako ko. But you have to know that I love you. I love you, okay?"

Sunod-sunod na tumango sa kanyang leeg si Anthony, not stopping with his kisses. Humigpit ang yakap nito sa kanya na tila ba walang balak ang binata na pakawalan pa siya. And that's alright. She's not straining at the leash either to get away. She wouldn't. Never.

"YOU know what I did for my birthday?" tinig niya ang bumasag sa katahimikang namagitan ng ilang minuto sa kanila ni Britanni.

He knew he was buying for time before it would be his turn to exorcise his own demons. But a submissive surely had the right to be coward at times too, right? Dahil kahit naman ngayon ay aaminin na niya. Natatakot siya. Naduduwag. Takot na takot na isipin na baka hindi na siya mahalin ni Britanni pagkatapos ng lahat ng sasabihin niya ngayong gabi.

But before that he will have his one last memory of her. One last memory before he screw things up. Before he lose her forever.

"Bukod sa bilhan ako ng isang puting Sedan?" pagbibiro nito sa kanya na ikinatawa niya sa kabila ng tensyong nararamdaman.

"Yes, beside that and getting ass drunk while destroying my room."

Saglit na natahimik si Britanni pagkatapos ay naramdaman na lamang niya ang masuyo nitong paghaplos sa likuran ng kanyang ulo. He settled into her neck and sighed in contentment. Heaven. Every minute with her is heaven.

"Bakit mo ginawa 'yon?"

Napabuntong hininga si Anthony. Well. There goes his stupid scheme of buying time. Ngayon tuloy ay kailangan niyang sagutin ang tanong na iyon ni Britanni kung kailan naman ayaw niyang maalala ang mga pagkakataong iyon. But his domme is asking. And when Britanni asks he should answer.

That's a basic submissive rules.

"Anthony? Bakit mo ginawa ang mga 'yon?"

"Sinabi ko na sa 'yo. It takes my mind off of the pain when I do those things for you. Iisipin ko kung ano'ng kulay ang gusto mo o kung ano'ng klaseng kotse ang babagay na imaneho mo."

"Eh 'yong kwarto mo?"

Tumikhim siya upang alisin ang bikig sa kanyang lalamunan at the reminder of his own shameful breakdown that night. "That happened the same night you left me. I just... nawalan ako ng kontrol."

"Oh, baby." Then he felt his body being engulfed by her much softer one. He clung to her like a child, afraid to feel the same hell he felt within those weeks. "Okay. So ano'ng ginawa mo no'ng birthday mo?"

Nakahinga siya ng maluwag, grateful for the change of subject. Nakangiti siyang nag-angat ng tingin kay Britanni at hinawakan ang kamay nito. "I'll show you."

"Baby. At this time? Lalabas tayo?"

"No. Upstairs. Follow me."

Walang nagawa ang dalaga kung hindi ang sundan siya habang hinahatak niya ito paakyat ng hagdanan ng kanyang Victorian home. Sa pangalawang palapag ay pinasok nila ang pinakadulong silid. And when they stepped inside he felt her still, then gasped as she took in the room.

Mayroong kama sa bandang dulo, isang kulay pulang tokador at sa itaas niyon ay may mga pamilyar na gamit na nakasabit sa sabitan. Unti-unti ay bumitaw si Britanni sa kanyang pagkakahawak at iniikot ng paningin ang buong silid. Then her wondering gaze settled on him a few seconds later.

"You... y-you made a dungeon?"

Hindi niya alam kung ano'ng magiging reaksyon ni Britanni noong ginagawa niya ang bagay na ito. He just wanted to take away the pain, allay it so he started converting one of the biggest guest rooms in his house into a dungeon. He bought toys like dildos of different sizes, cane, a flogger, steel cuffs and leather, different variety of cock rings, lube and other necessity that a dominant may need.

And right now, Britanni was examining them all.

"H-Hindi ako sigurado kung magugustuhan mo sila. I wasn't able to ask you. I just... I wanted to think what you would like and I had them installed in here."

"Yes. I could see that." Kunot-noong muling bumaling sa kanya si Britanni matapos inspeksyunin ang hook na nakakabit sa kisame ng silid. "But... why? Bakit mo ako dinala dito ngayon? Anthony, baby... is there something you like?"

Lumunok siya, takot na sabihin ang talagang nais niya. He wanted pain. He crave pain so much as long as Britanni's there to ease it.

But could he say it? Could he dare do it?

"I want... I want *you*." tahimik niyang sagot at lakas loob na sinalubong ang mga mata ng nag-iisang babaeng pinakamamahal niya sa buhay niya. "I want my Mistress. My goddess. I want her to punish me."

Something in her eyes altered. It was as if he saw the Britanni he once saw back on the night when he met her at the club the first time. When he opened his eyes and saw a pair of fierce dark orbs that wanted to devour him in whole. This is Britanni. The dominant.

"You want to talk."

Tumango siya at nagbaba ng paningin.

"You want me to force you to talk and punish you when you won't."

Lumunok siya't muling tumango, silently admiring her ability to know the depths of his want and need.

Naramdaman niya ang pagtawid ni Britanni sa maliit nilang distansya at ang mainit nitong palad na humawak sa kanyang pisngi saka iniangat ang kanyang mukha upang salubungin ang mga mata nito. He found her compassionate eyes staring up at him and her thumb caressing the scar on his face.

"If we do this, baby, you have to know that this won't be the same as the last time. I will not only give you orders this time, Anthony. This is me. I will dominate you fully and irrevocably and you won't be able to say a damn thing I do not permit you to."

Tumango siya. Alam niya kung ano'ng hinihiling niya. The thing is, she isn't as sadistic as she claims to be. He'd been around a lot to know a sadist when he see one. Alam niyang karamihan sa mga dominant ay may tendency na mawili sa iba pang parte ng BDSM gaya na lamang ng mga roleplay or strange fetish. But she wasn't a full blown sadist. Maybe she's a sadist to his masochism but hell, she gives him what he wants, what he needs. She inflicts pain because she wants pleasure to accompany it. Never did she hurt him without pleasure. A lot of times she uses that pleasure to hurt him and that'll be the most painful torture of all.

It was part of her dominance but never a part of her. And he'd kill Eros if he ever see the bastard for instilling those ideas on her tiny beautiful head.

"Do you say yes, Anthony? Tell me."

Tumango siya. "Yes. Yes, baby."

Nakita niya ang matamis na pagngiti ni Britanni bago nito hinagkan ang kanyang labi. Napapikit siya ng mga mata at ninamnam ang sandaling iyon. Then she whispered that she loves him and he'd gone to heaven that moment. It was what he'd dreamt of at night when he was a kid, before life gave him hell and made him a cynical bastard.

She was the one. His princess in those fairytales his mother used to read him about. She was the one who'd love him for eternity.

"I love you too. Ano'ng gusto mong gawin ko, Britanni?" and he'd do anything for her. Any damn thing.

"Go shower." Was her only reply and instantly, the bulge in his pants stood in attention.

Tango lang ang isinagot niya sa dalaga bago siya kumilos na pumasok ng banyo na nasa loob din ng silid. Hindi na siya nagsayang pa ng oras sa paghuhubad ng damit at mabilis na niyang tinanggal ang lahat ng saplot niya sa katawan saka pumasok sa shower cubicle pagkatapos ay binuksan ang shower head. Mabilis lamang ang ginawa niyang paliligo. He was so afraid Britanni's going to change her mind and pack up out of his house.

Mga ilang minuto pa'y pinatay na niya ang shower at dali-daling lumabas sa cubicle. He abruptly stopped when he saw her smiling, holding a towel in her other hand. Hindi niya mapigilang itanong at isipin kung nakita ba siya ni Britanni na naliligo o kung pinapanood ba siya nito kanina pa. God. Did she want him as much as he want her?

Lumapit si Britanni sa kinatatayuan niya at ibinalot ang tuwalya sa kanyang katawan saka pinunasan ang buhok niya. His head was hung low in acknowledgment of his position as her submissive.

"Have you touched yourself?"

Umiling siya. And that was the truth. Kahit na gusto niyang pahingahin ang kanyang sarili ay hindi magawa dahil sa takot na baka sa haba ng itinagal niya sa banyo ay magbago ang isip ni Britanni. "No. I... I wanted to. I wasn't sure."

"Good."

But damn, he's so ready to go to battle.

Iniwan ni Britanni ang tuwalya sa kanyang balikat and her hand traced his collar bones. Then the scar on his cheek. Natigilan siya at alam niyang naramdaman iyon ni Britanni. Pagkatapos ay bumuntong hininga ang dalaga at marahang humalik sa kanyang baba. Nang mag-angat ito ng paningin ay hindi siya nakatiis at isinalubong niya ang kanyang labi.

Then she fished out the leather cock cage inside her pocket. "Hands on your back." she murmured against his lips bago muling sumunggab sa labi niya.

She's responding. He like it that she's responding.

Her hand touched his length at napasinghap siya. He groaned. "Shit. Don't move, I'll explode."

Hindi siya pinansin ni Britanni at sa halip ay hinalikan lang siyang muli. She placed his length inside the leather cage, fastened its straps around it bago ito humiwalay sa labi ni Anthony. "Same rules apply, sweetheart. I command, you follow. One sign of defiance and I'll punish you. Walang safe word. Say stop, titigil ako. Naiintindihan mo, baby?"

Tumango lang siya. She gave him one final kiss saka siya nito inilabas ng banyo. The cage looked so smoking hot on him he'll probably explode so fast if she so much as touch the head of his throbbing length.

Britanni guided her to that one hook clasped from the ceiling. His gaze still lowered. Kinuha ng dalaga sa mesa ang leather cuffs and silently fastened his hands with it. "Taas." And he followed. She hooked the chain with the leather cuffs on his wrists so his hands are suspended upwards.

Damn. Kumabog ng malakas ang dibdib niya. Hindi niya alam kung magiging excited ba siya o magiging kabado siya sa mangyayari.

"We're going to play a game, Anthony." Britanni said as she traced a finger across his abs then on the scar across his cheek. "I ask questions, you will answer honestly. I'll give you a reward if you answer honestly but I'll punish you if you don't. Understand?"

"Yes." He breathed.

Tumalikod si Britanni at nagtungo sa bedside table. Pinanood siya ng dalaga mula roon. "Buhay pa ba ang mga kumuha sa 'yo sa Afghanistan?"

"Hindi ko alam." There's the spite in his tone at alam niyang narinig iyon ni Britanni. Ngunit tinignan lang siya nito nang makuhang wala siyang balak na dugtungan iyon. "Wala na akong pakialam nang mailigtas ako ro'n. I wanted to get away and never even remember ever again that I've been there. They..." then he gulped, like swallowing his misery at the remembrance. "They made me do things I didn't want to do. "

"Things?"

"Beg them... to let me live." But then they both know he wasn't telling her the whole truth.

Ngunit sa pagkamangha niya'y walang sinabi si Britanni at sa halip ay tumalikod ito mula sa kanya. To perhaps distract herself, she rubbed a lube on the butt plug na nakuha nito sa ibabaw ng cabinet. "Why do you think they want you to beg them? Ikaw lang ba ang tanging lalaking nahuli nila?"

Hindi niya alam kung nasabi na ni Helion sa kapatid nito ang tungkol sa nangyari sa kanila sa Afghanistan but he guessed he probably did. Britanni started asking not from the beginning but on that most crucial part of his worst nightmare.

Lumunok siya, pinapalis ang bikig sa kanyang lalamunan bago sumagot. He wanted Britanni's hands on him to ease his pain at gagawin niya ang lahat sa mga oras na ito para lang makamit iyon. "I was the only male holed up in one of the camps. I don't know if the begging thing was customary for them but I figured they did that to shame me in front of the women that were there as well. Or maybe just to fuck around with me."

Tumango lang si Britanni, naglakad dala ang plug. She silently rounded him and stood still on his back. He felt her kissed his nape. Nahugot niya ang kanyang hininga at napapikit. Oh God, it was so worth it. This horrible trip down memory lane was all worth it.

"How do you feel nang makiusap ka sa kanila para mabuhay?"

Ang tanong na iyon ang naging sanhi ng kagustuhan niyang kumawala sa pagkakabigkis ng kanyang mga kamay. And he knew. He knew she was getting on him. And damn, she was good at it. Sinubukan niyang iwasan ang tanong kanina but she managed to get around it. At alam iyon ng dalaga

"Anthony... ano'ng pakiramdam mo?"

"Embarassed. Ashamed. Devastated. Like my world had ended." He gritted. Pagkatapos ay nasundan iyon ng mapait na tawa. "I was wrong you know. The end of my world started with that."

KABANATA XIX

BRITANNI let her hand fell on his ass cheek. She stroked circles on the left. A light moan came from his mouth. She dropped a kiss on the muscle of his back. Then she traced down her fingers to the crack of his ass.

His breath hitched when her finger made contact with his opening. "Britanni..."

She thrust a lubed finger in. She probably felt his muscles pushing her finger back because gently cooed and whispered to his hear. "Relax, baby. Just relax. Trust me, Anthony. Okay?"

He didn't nod, he didn't speak. Ngunit ang unti-unting pagtanggap niya sa daliri ng dalaga ang senyales na ibinibigay niya ang tiwala niya rito.

When he adjusted seconds later, she started thrusting her finger in and out. He started moaning as well. "Add one finger, Britanni. Oh God... more..."

Instead of one, she added two. He groaned louder. Ang mabilis na pace ni Britanni kanina ay pinabagal nito. It frustrated him.

"Let's get to the main point, Anthony. Wala naman na talagang saysay ang pagsisinungaling sa 'kin. Professor Carillo mentioned about a rape. Was it one of those things they forced you to do?"

Tumango siya, kumuyom ang palad nang walang gawin na karagdagang hakbang si Britanni upang suklian ang pagsasabi niya ng totoo. And he was so desperate of her caress that he told her another one of those demons that haunts him at night.

"Ang... ang sabi nila pakakawalan nila ako. Kapag nagawa ko 'yon, pakakawalan na nila ako. Nalaman nilang PhD professor ako sa Human Sexuality, they wanted to see me act what I teach. Pumayag ako. Pumayag ako dahil gusto kong mabuhay!"

That was selfish and yet hindi niya pinagsisisihan ang lahat ng iyon ngayon. Hindi niya man siguro alam noon ngunit pinilit niyang mabuhay para kay Britanni. Dahil alam niya sa kanyang puso na makikilala niya si Britanni at matatagpuan niya ang tunay na pagmamahal na si Britanni lamang ang kayang makapagbigay sa kanya.

"Sino 'yong babae?" she asked as she thrust three fingers back in and slipped it out again.

He moaned, then realizing the question ay napamura siya. "Just... just someone! God, Britanni!"

Liar liar, pants on fire, sounded on his head at that moment. He was having trouble with breathing properly. Nababaliw na siya, wala siyang maisip na maayos kung hindi ang sensasyon lamang ng daliri ni Britanni sa loob niya. Oh my God. He was scared he'll explode.

With Britanni's finger stretching his hole open, she pressed the narrow tip of the butt plug in. Kumalansing ang chain, one sign that he's trying to pull on his restraints. "Sino, Anthony?"

Hindi niya maintindihan ang nangyayari. The only thing he felt was the burn. But God, it was suck a delicious burn and he went delirious with it. "Fuck! Shit! God, God, God..."

Britanni pushed the butt plug further inside him. "Who?"

"Helena! To a woman named Helena! Fuck!" at kasabay niyon ang pagtulak ni Britanni sa kabuuan ng butt plug.

Tinanggal nito ang mga daliri sa kanyang kalooban at pumosisyon muli sa harap niya. He's panting, breathing hard and ragged. Sweat mixed with the water from the shower. Inabot ni Britanni ang butt plug mula sa harapan then turned the switch on. It shook inside his ass. And it caused him to buck his hips against her.

"Ahh..." he groaned, feeling the painful burn but the wonderful sensation of the vibration against him.

"No cumming, Anthony. You're not going to come until I say so."

"Britanni, please..."

"Please? Please what, baby?"

"Hindi ko alam! Please, hindi ko alam kung ano'ng gagawin ko! Hindi ko alam!"

Pinatay ni Britanni ang switch ng butt plug. He whimpered in frustration but all of that vanished when she cradled his face and caress his cheeks with both her thumb. He relaxed, tried to even his breathing. Then she slid her hand on his back again and switched the plug on.

"Ah!" he jerked, pressed against her again and groaned. "You're killing me... you're killing me!"

"Sino si Helena?"

Suminghap siya, nanaig ang takot na baka masabi niya kay Britanni at tumakbo ito palayo sa kanya. "Hindi mo kailangang malaman!"

Muling pinatay nito ang switch, leaving him trapped and torn between lust and fear. "Wrong answer."

"Fuck you!" it was his frustration talking. He didn't mean it. He's frustrated. At agad niyang pinaalam iyon kay Britanni sa pamamagitan ng paulit-ulit niyang paghalik sa paligid ng mukha ng dalaga na kayang abutin ng kanyang labi. "I'm sorry. I'm sorry, I didn't mean it. I love you, I don't—"

She switched the plug back on and stepped back na syang pumutol ng kanyang sasabihin. Pinaningkitan siya ng mata nito. "Sino si Helena?"

He gritted his teeth and pulled on his restrain, finally at his wits end. "Gusto mong malaman? Gusto mo talagang malaman?!"

"Hindi ako magtatanong kung hindi, Anthony." why was she being so calm about this? Why?!

"Fine!" he growled and yelled at her. "Isa siyang labing-walong anyos na dalagita na isa sa mga residente ng Banam at hinuli ng mga terorista dahil may pera ang pamilya ni Helena! She didn't want to do it! She's a fucking virgin, Britanni! A teenager! But because I'm so fucking selfish I opted to rape her! I did all I can do to make her enjoy it but for goodness' sake it was what it was! I raped her!"

Before he could even see Britanni's shock, pumwesto ulit ito sa likuran and turned the butt plug on max. He screamed. He screamed his agony, his anguish and his misery. He wished badly for Britanni to hold him. And maybe she sensed it at naramdaman niya nang mga oras na iyon ang kamay nito sa kanyang bewang at ang malambot nitong labi na dumampi sa kanyang likuran. He heaved out a deep breath, his chest filled with sorrow mixed with his overflowing love for Britanni.

She returned to stand in front of him. He's groaning habang nakapatong ang noo niya sa kaliwa niyang braso na naka-suspende sa ere. She dropped on his knees before him and unfastened the cage without touching him. "Come whenever you want."

Then she licked the tip of his length that made him jerk violently. Tila nakalimutan na niyang huminga nang maramdaman ang labi ni Britanni sa paligid ng kanyang kahabaan.

"Oh ghaaaad!" he screamed as he bucked his hips, urging Britanni to do more about his problem.

Softly, she lick all the way down his shaft. He felt his insides shook at hindi na niya kayang pigilan pa ang sarili. He went off like fireworks. "AH!"

A load of white hot liquid hit the back of Britanni's throat. Naramdaman niyang nanghina na ang tuhod niya. Agad na tumayo ang dalaga and released his hands from the restraints. He collapsed above her on the edge of the bed, butt plug still planted on his ass and it's still vibrating.

Naghahabol siya ng hininga. Then a familliar liquid trickled down his closed eyes. He heaved a deep breath ngunit nang maramdaman niya ang mga braso ni Britanni sa kanyang katawan, pulling him against her soft fragile frame, he couldn't help himself anymore.

At sa tinatagal-tagal ng panahon, habang yakap ng mahigpit ng una't huling babaeng mamahalin niya, umiyak siya.

SIGURADO si Britanni na narinig niya ang puso niyang nadudurog sa loob ng dibdib niya nang marinig ang paghagulhol ni Anthony. But stupid her couldn't do anything but cradle his trembling body against her and wait until he stop. Pakiramdam niya'y siya rin ang nakaranas lahat ng naranasan ni Anthony sa Afghanistan. Ginawa niya ang lahat para maitago sa pinakamamahal ang bawat emosyong ipinakikita ng kanyang mukha ngunit sa huli'y napaluha pa rin siya nang magsimulang umiyak sa kanyang leeg si Anthony.

Paulit-ulit na masuyo niyang hinahaplos ang likuran ng binata at may ilang pagkakataong bumubulong siya ng paglalambing dito, assuring him that it wasn't his fault.

"Pinilit ka nila, Anthony. That doesn't constitutes to rape, baby. You were under duress and your life is on the line. I can't say you did the right thing but you did what other normal human being would do."

"Ikaw... hindi mo gagawin 'yon." He croaked, hugging her tightly.

Umiling siya at ngumiti ng mapait. "I might not be a hundred percent human but given the situation, gagawin ko 'yon. I would have done it if it meant living to be with you."

At totoo iyon. Hindi siya perpekto kahit pa itinuturing ang lahi niyang ganoon. The perfect human. Bullshit. Hindi sila perpekto. Nagkakamali rin sila. Gaya na lamang ng ilang pagkakamali niya pagdating kay Anthony.

"Why are you not running away?" mga ilang minuto pa'y litong tanong ni Anthony.

Natawa siya sa nagugulumihanang tono na ginamit nito. "The same reason you didn't run away the night we first met outside the university and despite knowing what a colossal fuck up I am."

Nag-angat si Anthony ng paningin at sinalubong ang kanyang mga mata. "I love you to destruction."

Napangiti siya roon saka nagdampi ng halik sa tungki ng matangos na ilong ni Anthony. "I love you to destruction too."

He snuggled again into her and burrowed his face into his neck, inhaling her scent. Naramdaman niya ang pagkalma ni Anthony. He felt more settled, more... in peace. At nakita niya rin iyon sa mata ng binata. Ang kapayapaan. And she felt overwhelmed knowing she'd been the reason it was there.

"Napanaginipan ko si Helena." Mayamaya'y wika nito na bahagyang ikinagulat ni Britanni. He was speaking of Helena as if his breakdown earlier never happened. But when she alarmingly looked down at his eyes, she saw the acceptance at nakahinga siya ng maluwag doon. He had finally accepted that it wasn't his fault.

"Night terrors I suppose?"

Tumango si Anthony. "Alam ko na sa simula pa lang ng pagbalik ko na may magaganap na gano'n. So I helped myself with some tabs that will help me control it. What happened with El... that was only the second time it happened. I felt guilty but I somehow felt proud of myself at the same time at how I controlled that particular aspect."

Kumunot ang noo ni Britanni. "Controlled it how?"

Bahagyang nagdilim ang ekspresyon ni Anthony at natunugan ni Britanni na marahil ay nagbabalik tanaw na naman ito sa nakalipas. "Sometimes when I dream, it changes. I dream of the same event, same woman—Helena. But sometimes my dreams alter the reality of it. Sometimes, I could make the incident a bit... a bit easy for Helena. I dreamt I am a bit more gentle, that I'd spend more time prepping her up instead of falling into pressure and just doing what I should have done. Sometimes it would take a total three sixty turn and I'd dream I fought back against the men. But then, babalik din sa parehong conclusion. I'd take her. I'd hurt her.

"But that day with El, I dreamt I was refusing point blank to do it. Hindi ko alam kung bakit noong mga panahong 'yon. But I realized now that whenever I sleep with you, those nightmares were silent. They go away. Sometimes I even forget about the pill and I'd dream. But not that particular dream. I'll only see you naked, kissing me, telling me you love me, that you adore me. You don't know how refreshing that was, Britanni. And that's one of the reasons why I'm so fucking addicted with sleeping with you that I was there in your apartment almost twenty four-seven. You chase my demons away, Britanni. You silence my nightmares and take my pain away."

"Oh, baby."

She breathed and her heart melted. She just love him too much. And she hoped he felt that when she claimed his lips so deep she intended to drown him with that love. Dahil iyon naman talaga ang nararapat para kay Anthony. Pagmamahal. Puro at wagas na pagmamahal.

Dahil iyon ang ibinibigay nito sa kanya. He loves her too much that he was even prepared to live in misery if that was what makes her happy.

An hour later and she was cleaning up a sleepy hulk of a man clinging to her like a baby. Napapangiti na lamang siya sa tuwing uusal ito ng mga walang ka-kwenta-kwentang bagay. Like how getting a tattoo is so close to being 'hitched'. Tumawa siya. Hindi niya kasi ma-imagine si Anthony na kay linis ng katawan ay dudumihan lamang iyon para magpa-tattoo.

"Anthony, getting a tattoo is a submissive's way of branding themselves of their dominant's ownership. Hindi mo kailangang gawin 'yon kung ayaw mo. You could wear a collar." Suhestyon niya habang pinupunasan ang mukha nito.

His heavy sleepy eyelids fluttered. "Mm. Can I sleep?"

Natawa siya sa biglang pag-iiba nito ng usapan. "No. Kailangan mo munang uminom ng tubig. Snuggle up, I'll be right back. Ikukuha kita ng tubig. Okay?"

Tumango si Anthony. "Okay. Love you."

"Love you more, baby."

Paglabas niya ng silid ay naaninagan niya ang papasikat na araw sa bintana. Umaga na. At understandable ang pagod ni Anthony. He'd been through the bender since last night—or for the last few weeks, she supposed. Napailing siya. Hindi sana mangyayari ang lahat ng nangyari noong nakalipas na linggo kung noon pa sila naging matapat sa isa't-isa ni Anthony.

Hawak ang baso ng tubig, pabalik na sana siya sa itaas nang marinig niya ang napaka-pamilyar na tinig na iyon mula sa kanyang likuran.

"Why, look who's here. The pretty little bitch trying to grovel her way back to the professor's bed, huh?"

Sa gulat, she whirled around and collided with a pair of jet black eyes. Dumulas sa kanyang kamay ang hawak na baso sa sobrang pagkabigla. "Kaizer?"

Ngumisi ang binata at noon niya napansin ang hawak nitong kutsilyo sa kanang kamay. "Surprise, surprise."

"What the... fuck?"

"Ah. I recognize the shock, Britanni. Pero bakit hindi ko makita ang takot? Come on, little one. Show me that fear. After all, you dared to ignore my threats at nagpatuloy pa rin sa paglapit kay Anthony. You're even here in his house samantalang nasa ospital siya at katabi ang El na 'yon na halata namang nag-iinarte lang! Jesus! Hindi ko naman siya papatayin. A concussion? Ridiculous! Tinatakot ko lang siya!"

Nanlaki ang mga mata niya as the truth dawned on her. Hindi si Eleanor ang nagtatangka sa kanya ng ilang beses na. Si Kaizer! Si Kaizer ang kumuha ng cell phone niya, si Kaizer ang nagpanggap na kustomer nila sa club at sinunog ang opisina niya.

"What the hell exactly is wrong with your brain, you idiot?" sigaw niya sa kaharap na nagpaigkas ng kilay nito. "Why do you do all this stuff? Ano ka, papansin?"

Ngumisi itong muli sa kanya na nagpakilabot sa kanyang sistema. Hindi ito ang Kaizer na kilala niya. This Kaizer is nuts and too dangerous. She didn't even like the sinister glint in his eyes!

"Simple lang, Britanni. Ako ang naunang nakilala ni Anthony. Hindi dapat ikaw ang nasa posisyon na 'yan! Ako dapat! And to think I was being considerate! Sana kung sinabi niyang naka-move on na siya sa malanding El na 'yon de sana kumilos na ako at hindi na nagdahan-dahan pa!"

Oh my God. Pakiramdam ni Britanni'y masusuka siya. Shit. Just... shit.

Kaizer is gay. And he's obsessed with Anthony!

Oh hell. How could she have been such a fool?

KABANATA XX

LUMINGON siya sa itaas, kinakalkula kung gaano siya kabilis makakatakbo paakyat para mabulabog ang antok na antok na si Anthony at makatawag ito ng pulis. Hindi niya sigurado kung kaya niyang tapatan ang lakas ni Kaizer. Mabilis siya, naturuan ni Helion ng Aikido at Taekwondo pero may patalim na hawak ang impaktong kaharap niya. That was the wild card.

And if she risked it...?

Lumulunok na muli niyang hinarap ang papalapit na lalaki. "You know... kaya akong marinig ni Anthony sakaling sumigaw ako mula rito."

He stopped. Akala niya'y hihinto ito at tatalikod na lamang upang lumabas. But he didn't. Instead, he threw his head back and laughed out loud. "Oh hell! Akala mo ba maloloko mo ako ng gano'n kadali? Bitch! Nasa ospital si Anthony ngayon at sinusuyo ang nag-iinarteng si El! He'd been there since last night, idiot!"

Napakunot ng noo si Britanni. It was clear na sinusundan ni Kaizer si Anthony. Pero paanong hindi nito natiktikan na umuwi si Anthony ng alas kwatro ng madaling araw? Posible kayang nakita ni Anthony ang estudyante niya at palihim na tumakas para hindi siya muling masangkot sa isang isyu? Maybe her beloved had seen the need to exit discreetly out of the hospital nang makakita ito ng pamilyar na mukha.

"Lost your tongue, eh? Ah, Britanni. I really thought you're so smart, you know."

Shit. She had to buy some more time. Kailangan silang marinig ni Anthony. Kailangan nitong makatawag ng pulis o mabuti pa'y sa mental hospital na lamang at parang may sayad yata sa ulo itong isang ito.

"I am smart, Kaizer. Hindi ko lang talaga naamoy ang lansa mo. Ang kagaya mo eh nangangailangan ng pang-amoy, hindi ng talino."

Pero mukhang hindi ito naapektuhan doon. Mukhang confident na confident na ang bruho sa sexual preference nito.

"No one really notices. Not even Professor Cane na expert pagdating sa ganito. I did took great lengths to hide it though."

"Why Anthony then?" she wondered out loud.

Huminga ng malalim si Kaizer at parang isang tangang nagpapantasya ng mag-isa sa kinatatayuan nito. He looked like he was imagining Anthony on his own head. At hindi na nais pang malaman ni Britanni kung paano nito ini-imagine ang pinakamamahal niya. God. Gusto lang niyang malaman kung anong problema na pati si Anthony ay pinagkainteresan pa ng impaktong ito.

"Nakilala ko si professor during summer class. He offered to supervise my dissertation. I fell in love with him then."

At halos tumakbo na si Britanni sa kusina para sumuka nang marinig iyon. Oh shit. The fool fancied himself in love with her Anthony. Anthony is hers for crying out loud! Sa kanya lamang si Anthony! At kung sira ulo itong si Kaizer, mas lalong sira ulo siya kapag si Anthony na ang pinag-uusapan.

"Dahil lang nag-alok siya na i-supervise ang dissertation mo? Goodness, Kaizer! Utak ang dahilan ni Anthony kaya siya nag-invest sa 'yo. What on earth would possess you to fancy your own professor that way?"

"The same thing that possessed you, Britanni, since you fancied your own professor too, remember?"

Namula siya ng bahagyang sa paalalang iyon. She had almost forgotten na once upon a time ay naging propesor din naman niya si

Anthony. Nag-drop out lang siya sa klase nito kaya't naging legal ang relasyon nila sa mata ng unibersidad.

"Yeah sure, but at least I am a member of the Y chromosome while you're with the same category as Anthony's! Dude, I don't see him being attracted to you kahit pa kayong dalawa na lang ang matira sa mundong 'to. I think he'd chose instead to kill himself kaysa pumatol sa 'yo!"

That's when Kaizer's grinning expression faltered. Nakita niya ang daglit na pagdaan ng inis sa mga mata nito at ang paghigpit ng hawak sa patalim sa kanang kamay. "Say that again and I'll fucking stab you right here and right now." He gritted through clenched teeth.

Gusto sanang ngumisi ni Britanni pero natatakot din naman siyang baka gawin nga nito ang sinasabi. Kung kaya naman tumango na lamang siya upang sumang-ayon sa trip ng hayup na ito.

"Okay, sure. So the third sex are a bit... on demand right now. Pero seriously, why would you opt to do this? Tingin mo ba kapag pinatay mo kaming dalawa ni Eleanor eh hindi magiging suspicious si Anthony sa ginawa mo? Anthony's smart. He wouldn't stop until he finds the answer he's looking for."

Nagkibit lamang ng balikat si Kaizer. "I'd cross that particular bridge when I get there. Sa ngayon mas gusto ko na munang unahin na dispatyahin ka. Ikaw lang naman ang may kalakihang tinik sa lalamunan ko sa ngayon. Hindi ko alam kung ano'ng ipinakain mo kay Anthony para mabaliw siya ng gano'n sa 'yo. Do you know how miserable he'd been when you broke up your relationship with him? He resigned and left his job, you bitch! He love teaching but because of you he resigned! Whatever you did to him, this will end right now! You and the professor together? It's madness!"

Woah there. Eh ano pa kaya kung kayo ni Anthony? That would be ass fuckin' crazy.

She had no doubt that Anthony is as straight as a pencil stick. Hindi pumapatol ang lalaking iyon sa bakla at hindi sa mga baklang kalibre ni Kaizer.

"Dear. The only thing Anthony likes to fuck are pussies, not butt holes."

That calm thread snapped.

Galit na nag-martsa si Kaizer papalapit sa kanya, with the knife aiming at her. Nanlaki ang mga mata niya sa alarma at napagtantong seryoso ang loko sa binabanta nito. Apparently, mas malaking threat siya kaysa kay Eleanor kaya't siya ang pinili nitong patayin samantalang ang former fiancée ni Anthony ang pinili na lang nitong takutin.

She contemplated backing away pero sa tingin niya'y huli na iyon ngayon. She decided that a quick offense would be more sensible at that rate.

Kung kaya naman hindi siya nagdalawang isip na gawaran ng isang mabilis at malakas na spin kick ang lalaki nang makalapit ito sa kanya. Nagalusan ng nakaambang patalim ang kanyang binti ngunit at least ay humagis na ang patalim palayo kay Kaizer. She watched his eyes go wide in surprise. And when he tried to lunge for the weapon, she advanced and trapped his neck and left arm in a toe-sleeper hold.

"Jesus, Britanni! If you could have waited a few seconds more I'd had knocked him out on the floor!"

Napatingala siya, surprised to see Anthony standing panicked on the last staircase dressed only in a blue velvety robe. Sumunod niyon ay narinig niya ang wang-wang ng police car sa labas.

Sumimangot siya. "Kung naghintay pa ako ng ilang segundo, baka nasaksak na ako ng hinayupak na 'to."

Nagpasukan ang elemento ng mga pulis sa loob ng bahay ni Anthony at tinutukan si Kaizer na kanina pa nagpupumiglas sa bitag niya. She then felt Anthony's arms around her, lifting her up from the bastard trapped inside her tangled limbs.

"Okay, baby, let go of him. Let go, Britanni."

Bago niya binitawan si Kaizer ay sinakal niya muna ito ng ubod ng higpit at saka sumama kay Anthony. He wounded her against him so tight and nuzzled her neck as if to comfort and assure himself that she was safe.

"God, baby. Hindi mo alam kung gaano ako natakot nang makita ko siyang papalapit sa 'yo at hawak ang kutsilyong 'yon. If I had a weak heart I'd be dropping dead in a severe heart attack right now."

Pumiglas siya sa yakap, humarap kay Anthony at saka bumalik sa yakap na iyon. She peppered him with kisses all over his jaw, his face and his neck. "Sorry. Pero okay naman ako, eh. Helion's strict Aikido and Taekwondo classes paid off." And she grinned sheepishly at him.

Natawa si Anthony at ibinagsak ang mukha sa kanyang dibdib.

"Anthony!" sa puntong iyon ay nagsisisigaw na si Kaizer. "Anthony, I'm sorry! But she's not the right one for you! Bitawan n'yo ako! Kailangan ako ni Anthony! Anthony, I love you please don't do this."

She felt Anthony cringed habang siya'y ngumiwi lamang. "And to think na pinagselosan mo si Kaizer. Man. What a lucky escape you've had there, baby."

Mas lalo niyang naramdaman ang panliliit ni Anthony. Oh cute. Anthony was so adorable whatever he does kaya't hindi na nakikita ni Britanni ang saysay na piliin pa ang mga pagkakataong pwede niyang tawagin si Anthony na cute o adorable. Every movement, she adores.

What's the damn point?

"Britanni!"

At sa gulat ni Anthony ay halos mapatalon ito. Tumaas lamang naman ang kilay ni Britanni nang makapasok si Helion sa loob. "Woah. Ano'ng ginagawa mo rito?"

"Pinadala ko ang mga security detail sa apartment mo. Pero nadatnan nila 'yong nasusunog. Nakausap pa kita ng madaling araw kaya alam kong wala ka ro'n. I guessed that you were here kaya dito ako dumeretso. Nag-report sa akin ang nag-iimbestiga ng kaso mo. She told me they caught the culprit."

Itinuro ni Britanni si Kaizer na kita nila mula sa bintana na isinasakay na ng mga pulis sa police car. "Anthony's obsessed student admirer. Pretty nuts, eh?"

Namutla si Helion at namula naman si Anthony. Natawa siya. Ngunit biglang-bigla ay naalala niya ang sinabi ni Helion. Oh shit. Nasunog ang bahay niya. Sinunog ng impaktong si Kaizer.

Oh hell. Wala na siyang bahay.

"The damn bastard! Saan ako titira ngayon?!" bulyaw niya sa galit at akma sanang lalabas upang habulin ang police car na lulan si Kaizer nang pigilan siya ng yakap ni Anthony.

"You'll stay here, no problem. That way I could practice my husband skills just in case a dark eyed vixen agrees to marry me someday."

Nagningning ang mga mata niya. And right at that moment, she just knew.

Anthony is her forever. And mad as it was, she loved him with all her heart, mind, body and soul.

FOURTEEN months later...

"Hindi ko alam kung bakit ka kinakabahan, Anthony. That's so silly of you. You and Britanni are practically living with each other. This is just a goddamn formality."

But he hasn't asked for permission yet. Paano kung tumanggi si Britanni? Paano kung hindi pa handa ang minamahal niya sa kasal? God, he'd go crazy waiting for her arrival like this. "Nasaan na ba kasi si Deanne?"

"Relax, Anthony." iling ni Helion sa kanya. "Nasa labas na sila. D'yan ka na muna, may kailangan lang akong puntahan."

Sumimangot siya. "What? Ikaw ang may pakana nito 'tapos iiwanan mo ako dito? Saan ka na naman ba pupunta? Utang na loob tantanan mo na 'yang bata!"

Irritated, Helion whirled back and gritted his teeth at Anthony. "Don't call her like that!"

Nagtaas ng kamay si Anthony as if to surrender. Okay. He's a bit touchy with the age thing. "I'm sorry, I forgot. But seriously, dude. Si Britanni rin naman at ako, may age gap. Pero hindi naman kami naging ganyan kagulo no'ng umpisa."

"Ang yabang mo, Cane. Walang makakatalo sa katangahan ninyong dalawa so don't go high and mighty on me. It just so happened na tapos na kayo at ako eh hindi pa. Kaya nga aalis na ako para tapusin na ang kalokohang 'to. Goodluck with that, man. Wish you the best."

Napangiti na lang siya at nailing nang buksan ni Helion ang pintuan. Ngunit napalis ang ngiting iyon nang pagbukas ng pintuan ay bumungad naman si Britanni kasama si Deanne. Bumalik ang lakas ng tibok ng puso niya. Fuck. Wala na talaga siyang kawala.

"Hi, Anthony. Enjoy your night, both of you. Congratulations!" kumindat si Deanne bago muling isarado ang pintuan at sumabay kay Helion palabas.

Bahagya ang pagsimangot ni Britanni sa sinabi ni Deanne samantalang siya'y pabuntong hiningang kinuha ang regular collar sa tabi ng sofa at lumapit kay Britanni. He kneeled in front of her and waited. Naramdaman niya ang mainit at malambot na palad ni Britanni na humawak sa kanyang leeg, tinanggal ang day collar na nakasuot doon at saka pinalitan iyon ng regular collar na ibinigay niya.

She then cradled his face, tilted it up and claimed his lips in a deep passionate kiss. The kiss wasn't gentle. It was never gentle with Britanni. She likes kissing with fierce passion, sucking on his lip and tongue and being suckled as hard in return.

God, her mouth is so warm. Very very warm. He pressed his lips against hers harder, wanting to go deeper. He heard himself moan. The whole living room is filled with sucking sounds as they go at it like starving animals getting food at last.

Damn. They will never get to the bedroom without Anthony sporting a massive boner.

"Okay, baby, we have to stop." Britanni breathed and albeit reluctantly, Anthony complied. "In the dungeon. Naked. Wait for me, 'kay?"

Holy hell. This is it.

Lumulunok na tumayo siya at dumeretso sa dungeon sa ikalawang palapag ng Victorian house nila ni Britanni. Pagbukas niya'y nadatnan niya ang isinetup niyang mga kandila na nakaposisyon sa korteng puso sa may tabi ng kama. Bumuntong hininga siya bago hinubad ang t-shirt niya at ang pantalon. Inalis din niya ang plaster na nakatapal sa kanyang dibdib sa bago niyang tattoo na dapat ay sorpresa niya para kay Britanni ngayong gabi saka lumuhod.

Makailang beses siyang bumuntong hininga bago magpakita si Britanni sa pintuan. She stopped short nang makita ang itsura ng dungeon. The bed dress was filled with petals of roses, Anthony kneeling in the middle of the lit candles forming a big heart. Then her gaze settled on his chest.

Lumunok muli si Anthony. Ano kayang iisipin ni Britanni?

Ngunit nang mag-angat ng tingin si Britanni ay nakangiti na ito, unshed tears shimmering in her eyes. She approached him, leaned into his chest and softly kissed her name branded on his red angry skin.

"You did tell me once that getting a tattoo is so close to being married. Should I be alarmed?"

Umakyat ang init sa mukha niya. Did she guessed?

"I... I-I have something to tell you."

"Okay. Go ahead, baby."

Sa hindi niya mabilang na beses ay lumunok siya bago kinuha sa bulsa ng pantalon na nakatupi sa ibabaw ng kama ang maliit na kahon at ipinrisinta iyon sa harapan ni Britanni. Her eyes widened and the tears that hovered on her eyelids fell.

Dahan-dahan na pinahid ng libre niyang kamay ang mga luhang iyon as his heart tightened inside his chest. He hated it when she cried.

Hindi niya talaga kayang makita ang mga luha sa mala-anghel nitong mukha. He can't. It tears his heart open.

"Please don't cry. Please, baby. I just want to ask you to marry me." At sa puntong iyon ay natawa si Britanni. Nakagat ni Anthony ang kanyang labi. Akala yata ng dalaga ay nagbibiro siya. "I've been waiting. Maghihintay pa sana ako ng medyo matagal pa para masiguro kong handa ka na sa ganito but it's been too long, Britanni. I get scared when you go out for a whole day without telling me where you're off to. I just... I want it to be official. Marriages are much harder to break and destroy than just a mere relationship."

Muling natawa si Britanni, much to his confusion. "Yes, I suppose it is."

"And... and... and I love you. Just love you so very much. It's you. You're the one. You're *my* one, Britanni. I fell in love with you the very first day I saw you in class with your long skirt and worn out blouse and an eyeglass the size of a peacock's egg. I love you. If you don't want to marry me then I'll eat you all night long until your tiny little button becomes soar and you'll come begging me to stop. But I won't 'cause you won't marry me."

She laughed. Ikinulong nito sa mga mainit na palad ang kanyang mukha at pinupog siya ng halik. "You sound like a child."

"I'm not a child." Nakasimangot niyang sabi.

"Oh God, adorable." She giggled.

Oh hell. He wouldn't be able to live that down, would he? Nasanay na si Britanni masyado na tawagin siyang cute at adorable these days. Kaya nga nagiging maingat siya kapag kasama niya ang mga coleagues niya sa Saint Andrews. Ezekiel Dalton once heard her saying that and the fool professor didn't let him heard the end of it.

Bumalik din siya sa Saint Andrews apat na buwan na ang nakakalipas matapos maibaon sa limot ang naging isyu tungkol kay Eleanor at kay Thomas. When the paparazzis apparently figured out that Britanni and him are sticking out for forever, they moved on. Isa na rin siguro sa naging factor ang pagkaka-bancrupt ng isang publication na naglabas ng maling balita tungkol kay Britanni na nagsasabing minsan na raw na nabuntis ito sa pagkadalaga. That's just ridiculous. Britanni just threw a fit of laughter while he raged and turned the publication upside down for a retractment and a public apology.

Samantalang si Britanni ay nag-pasya na lamang na tulungan ang kapatid nito sa pagpapatakbo ng The Clique. Paunti-unti ay nagbabalik na sa sirkulasyon ang dalaga. At some nights, she would even bring him to the club to hang out with her friends and to sometimes perform a brief scene with him. He'd always felt proud and overwhelmed that she was showing him off to the whole world as if he was her prized possession.

God, he loved her more in those moments. But then, he never loved her less even when she was just being silly sometimes.

"You're my heart, Britanni." He told her feelingly, gripping her hand and bringing it up to his lips for a gentle kiss. "My life. My whole fucking universe. You changed my life the moment you talked to me. You took my pain away the moment your lips touched mine. You were the beauty that loved the mad beast unconditionally. Will you please love me forever and marry me? Please?"

"Oh, Anthony." naiyak si Britanni na lalong nagpasikip ng dibdib niya. Hell. He never meant to make her cry. "Why'd you have to ask? Of course, baby, I will. I will marry you, Anthony. And I will always love you."

Nanginginig ang mga kamay niya nang alisin sa kahon ang princess cut saphire engagement ring na matagal na niyang binili at itinago. It had been one of his buys on his thirty fifth birthday last year when Britanni left him. But he'd never tell her that. Baka muli na naman itong humagulhol sa iyak. He couldn't handle more waterworks. He'd die of pain even before he gets her to the altar.

Isinuot niya ang singsing sa daliri ni Britanni. She smiled up at him and pulled him into a deep kiss. "Took you long enough."

Sumimangot siya na muling ikinatawa ni Britanni. "Akala ko hindi ko pa handa!"

"Ah. My baby. Kapag naipanganak ko na 'to eight months from now, Anthony, hindi na pwede 'yang ganyan, ha?"

Nanigas siya sa kinalalagyan. Hindi niya namalayan ang paglalapat ni Britanni ng kanyang palad sa ngayo'y flat pa rin nitong tyan. Then her words sunk in. Oh God. Eight months. Baby. Oh God.

"Y-You... w-we're pregnant?"

She beamed at him and nodded. "Yes. Three weeks. Kanina ko lang nalaman. I was planning to tell you but then you upstaged me, you over achiever. Are you happy?"

Tears welled up in his eyes. Nakita iyon ni Britanni at agad-agad ay niyakap siya nito. He snuggled into her, his safe refuge, his whole world.

The light to his darkness.

"She'll care about me too right?" he choked from the overwhelming emotion.

"Of course. The baby will love you just as much as I love you, Anthony. Dalawa na kaming mag-aalaga at magmamahal sa 'yo."

She is his salvation. His redemption. The good to his bad. The sun to his night.

"I love you, Britanni."

"I love you, Anthony."

"You won't leave me?" and somehow he knew he had asked that question to her before. Hindi niya lamang matandaan kung saan at kailan.

"No. I will *never* leave you, baby."

She is his happiness. His whole world, his axis where he revolves in.

Britanni will always be the beauty to his madness.

FIN

About the Author

Nile Lorenzo is an AB Communications graduate. She is an avid wrestling fan and loves writing about dark paranormal stories with dashing males that often gets abused by the females. (But that's debatable.) She had been writing on Wattpad since 2011 and has 27 posted works in total with four series. She had a brief writing stint on LIB imprint from Precious Pages Corp that ended last 2015. Most days when she's not writing, she's nose deep in film productions and/ or video editing. Sometimes she's just nose deep in her fridge; she likes eating. (Or fidgeting perhaps with her hands because you know, her anxiety has anxiety. Life sucks like that.) She has one sister, lots of cousins and lots of plastic friends but zero lovelife. So she's hoping she gets a score on her career. At least...

You can definitely add her on:

Facebook: https://web.facebook.com/makeitshanofficial

Hit follow on: Wattpad: https://www.wattpad.com/user/ heartruiner

Read more at https://www.wattpad.com/user/heartruiner.

Milton Keynes UK
Ingram Content Group UK Ltd.
UKHW041833201024
449814UK00004B/379